உலகத்தின் எதிர்காலம்

எழுத்தாளர் சா.விஜயகுமார்

புக் பென்சர்ஸ்

உலகத்தின் எதிர்காலம்
ஆசிரியர் © எழுத்தாளர் சா. விஜயகுமார்
முதற்பதிப்பு 2022
பக்கங்கள் 158

Published by Book Benchers 2021
Copy right © 2021
All Rights Reserved.

ISBN 978-93-5533-049-9

Page : 192

ThebookBenchers@gmail.com
Contact 9944992571

Affliateded By
Aelay Publish
www.aelaypublish.com

தொகுப்பாசிரியர் சிறுகுறிப்பு

செல்வன்.விஜயகுமார் சா, இயற்பெயர் இளம் எழுத்தாளர், திருநெல்வேலி மாவட்டம், ஆசிய கண்டத்தின் முதல் சுதந்திர போராட்ட மன்னர் புலித்தேவர் பிறந்த ஊரான "நெற்கட்டான்செவல்" கிராமத்தில் பிறந்தவர். கடந்த மூன்று வருடங்களாக கதைகள் எழுதி வருகிறார். இவர் தற்போது பொறியியல் பட்ட படிப்பை படித்து வருகிறார். இவரது கதைகள் (கலைமகள், கிழக்கு வாசல் உதயம், கிளப்ஸ் டுடே, தினமலர் சிறுவர் மலர், உயிரெழுத்து, மாணவர் உலகம், இளைஞர் உலகம், தினத்தந்தி மாணவர் ஸ்பெஷல், தி இந்து தமிழ் நாளிதழ், குமுதம், புதிய தென்றல்) ஆகிய மாத, வார இதழ்களில் இவரது படைப்புகள் வெளிவந்துள்ளன. இவர் ஏபிஜே அப்துல் கலாம் விருதும், கலைச்செல்வர் விருதும், காமராஜரின் சிகரம் விருதும், வீரபாண்டிய கட்டபொம்மன் விருதும், நட்சத்திரச்செம்மல் விருதும், யாவரும் கேளீர் சாதனையாளர் விருதும் பெற்றுள்ளார்.

இவர் இளந்தமிழர் பேரவையின் திருநெல்வேலி மாவட்ட தலைவராகவும், அறிவைத் தேடி குழுமத்தின் திருநெல்வேலி மாவட்ட தலைவராகவும் ஆகிய இரு தமிழ் அமைப்புகளில் தாய்மொழி தமிழுக்கு தொண்டாற்றி வருகிறார்.. "உலகத்தின் எதிர்காலம்" என்ற மின்னிதழையும் நடத்தி வருகிறார். "Book benchers" புத்தக தொகுப்பாசிரியராக பணியாற்றி வருகிறார். தற்போது தென்காசியில் வசிக்கிறார்.. இவரை ஈன்ற பெருமைக்குரியோர் தெய்வத்திரு. சாமித்துரை - பூசைத்தாய் ஆகியோர்.. இவர் ஒரு நிகழ்ச்சி தொகுப்பாளர் ஆவார்

80.   ஆசானின் சிந்தை.
மு. ஹர்ஷினி

81.   பொன்மன புதையல்.
Poornima Shankar

82.   முத்தமிட்ட முதற்க்காதலி.
மறைமொழியான் ஐபிர்

83.   ஆசானே அச்சாணி.
ஷாரிகா. தே

84.   நான் ஆசிரியனாக.
அ.அன்புவேல்

85.   ஆசிரியரின் உள்ளங்கையில்!
ஆர்த்தி முருகேசன்

86.   குருவே அறிவுருவே.
சந்தியா முரளிதரன்

87.   ஆசிரியர்.
ந.உதயகுமார்

88.   நான் விரும்பும் ஆசான்.
சு. கோகிலா

89.   கல்வியின் கட்டுமரம்.
ரஞ்சனி பழனிசாமி

சமர்ப்பணம்

என்னை இந்த உலகிற்கு அறிமுகப்படுத்திய,
பெருமைக்குரிய என்னை

ஈன்றெடுத்த எனது தாய் தந்தையர்க்கும், இந்த
எழுத்துலகம் எனது கைக்கு

வருவதற்கு காரணமாக இருந்த எனது ஆசிரிய
பெருமக்களுக்கும்..

1.என்னை செதுக்கியவள்

உயிர் எழுத்துக்களை கற்பிக்க உயிர் நாடியாய்
அமைந்தாய்
மெய் எழுத்துக்களை உரைக்க
தன் மெய்யை வருத்தினாய்
உயிர் மெய் எழுத்துக்களை தன் உயிரென
உரைத்தாய்
உலகின் எதிர்காலம் நீங்கள் என்று கூறி
எங்கள் எதிர்காலம் சிறக்க உதவினாய்
மெழுகு என தன்னை உருக்கி
எங்கள் வாழ்வில் வெளிச்சம் காட்டினாய்
அன்று முதல் இன்று வரை தனக்கென வாழாமல்
தன் பிள்ளையாய் பார்த்த எங்களுக்காக வாழ்ந்து
கொண்டு இருகிறாய்
உனது தியாகம் இந்த உயிர் உள்ளவரை
மட்டுமல்ல
தமிழ் உள்ளவரை பேசும்

- த. அருணா

2. நினைவில் முடியும் ஆசைகள்!!

வாழும் இந்த மாய உலகில் யாவும் ஆசையே!
எங்கும் ஆசை என்ற போர்வையே!!
ஆசையற்ற மனிதனை காண முடியாது
இவ்வுலகில்!!
அனைத்து ஆசைகளும் இறுதியில் முடிவடைவது
நினைவு என்ற மன அலைகளிலே!!
நிலவை எட்டிப் பிடித்திட ஆசை!
நிலவின் ஒளியைப் போல் ஒளிர்ந்திட ஆசை!!
சூரியன் போல் உலகிற்கு ஒளி கொடுக்க ஆசை!!!
வானவில்லின் மீது ஏறி வண்ணங்கள் தீட்டிட
ஆசை!!
விண்ணில் மிதந்திட ஆசை!!
பறவையாய் பறந்திட ஆசை!!
வண்ணத்துபூச்சியாய் சிறகடித்திட ஆசை!!
மேகங்களாக மாறி மழையாய் பொழிந்திட
ஆசை!!
பூமியைச் சுற்றி வர ஆசை!!!

தென்றலாய் மாறி மரங்களுக்கு முத்தமிட ஆசை!!
பனித்துளிகள் போல் புல்லின் மேல்
உறங்கிட ஆசை!!
குயில்களைப் போல் அழகாக கீதம்
பாட ஆசை!!

பூத்துக் குலுங்கும் வண்ண மலர்களை போல் வாழ
ஆசை!!
வசந்தம் அடைந்த மலர்களைத் தேடி தேன்
உறிஞ்சும் வண்டு போல் ஒரு நாள் வாழ்ந்திட
ஆசை!!!
காற்றைப் பிடித்து இசை மீட்ட ஆசை!!
ஒற்றை காலில் தவம் புரியும் நெடு மரங்களைப்
போல் வாழ ஆசை!!
மின்மினி பூச்சிகள் போல் இருளிற்கு
ஒளி கொடுக்க ஆசை!!!
மீண்டும் ஒரு முறை அன்னையின் கருவறையில்
இருந்திட ஆசை!
தந்தையின் தோளில் மீது ஏறி உலகம் சுற்றிட
ஆசை!!!
எண்ணற்ற ஆசைகள் ஒவ்வொரு
மனிதனுக்குள்ளும் பலப் பரிமானங்களில்
உலவுகின்றது...
கடல் அலைகளை போல் சீற்றம் கொண்டு
அவ்வப்போது எழுந்து கொண்டுதான் இருக்கும்...
இதற்கு எல்லையும் முடிவும் கிடையாது
நினைவோடு நினைவாகவே முடிவடைந்து
விடும்!

ர. ரமேஷ்
திருப்பூர்

3. உலகம் போற்றும் உத்தமர்கள்

அன்பாக அரவணைத்து
அறியாமையை நீக்கி
புரியாதவற்றையும் புரியும் வகையில் எடுத்துக்கூறி
அறிவினைத் தூண்டி...
உங்களால் முடியும் என்று ஊக்குவித்து..
உலகை வெல்ல துணை நின்று!!
தவறான வழியில் செல்லும் போது
தந்தை போன்று நல் வழிகாட்டி...
அன்னை போன்று அன்பை விதைத்து...
நாம் மேடையில் நிற்க
படிகளாய் மாறினார்கள்...
பூக்களாய் புன்னகையில் பூத்து குலுங்க
பூமியில் நமக்கு தோழராரானார்கள்...
தவறு செய்யும் போது
தவறினை திருத்தும் காவலர்களானார்கள்....
நாம் வெற்றி படிகளை அடைய
நம் முயற்சிக்கு துணை நின்றார்கள்...
அற வழியில் நாம் செல்ல
அற்புதமான உறவுகளாய்
அகிலத்தில் நமக்கு துணை நின்றார்கள்
அறிவு கண் திறக்கும் ஆசிரியர்களே..
அகிலமெல்லாம் இவர்கள் பெயர் ஒலித்திடும்
என்றும் ஆசிரியர்களே அகிலம் போற்றும்
உத்தமர்கள்".

- செ.சினேகா

4.ஆசிரியர்

உலகத்தின் பல அறிஞனை உருவாக்கிய அற்புத
நாயகர்களே
உங்கள் பணிக்கு மரியாதை
கொடுக்கும் நான் ஒரு மாணவனே....
நான் வலகரும் போது என அறிவை வலர்க்க ஒரு
சிருவனாய் இருப்பீர்கள்
எனக்கு அது புரிந்த யுடன் என்னை
அள்ளி சொஞ்சி ஆனந்தம்
அடைவீர்கள்.
நான் பெரு பருவம் அடைந்தாலும்
ஒரு நல்லதை சொல்லி
நண்பனாய் இருப்பீர்கள்
என் கனவை அடைய ஒரு படகாய்
என்னோடு மீதப்பீர்கள்
"காலம் எவ்வளவு காத்தாலும்
உங்களோடு இருந்த நேரம்
அது கணக்கில் அடங்காதது "

- கவிஞர் மு.சஞ்சய் கண்ணன்.
நெற்கட்டான்செவல் சமஸ்தானம்

5. பூமியில் ஒரு நட்சத்திரம்

முதலாம் வகுப்பில் 'அ '
    கற்றுக்கொடுத்து
இரண்டாம் வகுப்பில் அறிவை
    அகண்டமாக்கி
மூன்றாம் வகுப்பில் முக்கனிகளை
    அறியவைத்து
நான்காம் வகுப்பில் நான்கு
    வேதங்களை கல்வியில் புகுத்தி
ஐந்தாம் வகுப்பில் ஐம்புலன்களை
    அடக்கச்சொல்லி
ஆறாம் வகுப்பில் அறுசுவையை
    உணரவைத்து
ஏழாம் வகுப்பில் எங்கள்
    எண்ணங்களை எழுத்தாக்கி
எட்டாம் வகுப்பில் எங்கள்
    எழுத்துகளை எட்டுத்திசை பரப்பி
ஒன்பதாம் வகுப்பில் எங்கள்
    கடமைகளை உணர்த்தி
பத்தாம் வகுப்பில் படிப்பின்
    அவசியத்தை உணர்த்தி
பதினோராம் வகுப்பில்
    தோல்விகளை வெல்லச்சொல்லி
பன்னிரண்டாம் வகுப்பில்
    வெற்றிகளை எட்டச் சொல்லித்தந்து
இப்போது...

என்னை உலகெங்கும் ஜொலிக்க
    வைத்தீர்கள்.....
பூமியில் பிறந்த நட்சத்திரம் தான்
ஆசிரியர்கள் என்று.....
                        . பா. சுரேகா

6. வகுப்பறை

மறுபடியும் அமர முடியாத
புனிதமான இடம் இரண்டு!
ஒன்று தாயின் கருவறை!
மற்றொன்று ஆசிரியரின் வகுப்பறை!

வகுப்பறையில் பயிலும்போது
விளையாட்டு முதன்மை!
தன்னிலை அறியாமல் பிறரை
குறை கூறுவதே பெருமை!

சூழ்நிலை மாறும் பொழுது!
தன்னிலை மறந்து!
பெற்று முழு மனிதன் ஆனேன்!

வகுப்பறையை மீண்டும்
தேடியது என் கண்கள்!
வகுப்பறையில் அமர முடியவில்லை!
காற்றுள்ள போதே தூற்றிக்கொள்!
படிக்கும் வயதில்
அறிவை பெருக்கிக் கொள்!
-ம.வனிதா குமணவேல்

7.ஆசிரியரின் நம்பிக்கை..!

பெற்றோர் போன்று தான் பழகுவார்கள்..!
தான் பெற்றெடுத்த பிள்ளை போன்று தான்
வழிநடத்துவார்கள்..!

தவறுச் செய்தால் தடுக்கச் செய்வார்கள்..!
தப்புச் செய்தால் திருத்தச் செய்வார்கள்..!
களைப்பின்றி பாடம் கற்க, பல கதைகளும்
கூறுவார்கள்..!

அனுபவங்களோடு அறிவுரைகளும் ஆயிரம்.,
 அடுக்கடுக்காய் கூறுவார்கள்..!
கல்வியை புரிந்துகொண்டு வாழ..,
புத்தக பாடத்தையும் நடத்துவார்கள்..!
நல்புத்தியோடு வாழ..,
வாழ்க்கைப் பாடத்தையும் புகட்டுவார்கள்..!

ஆம்..,
கையில் கம்போடு இருந்தாலும்..!
மனதில் தெம்போடு தான் இருக்கிறார்கள்..
.என் மாணவன் நாளை என்னைவிட
உயர்ந்தவனாக இருப்பான் என்ற
நம்பிக்கையோடு....!

- நெல்லை சதிஸ்.

8. என்னுள் சிதைந்தவை

உற்சாக குரலில்

உரத்த சிந்தனையில்

மிடுக்கான பார்வையில்
சளைக்காத பதிலில்

மாணவர்களின் கேள்விகளை
உள்வாங்கும் திறனில்

வகுப்பில் மனவோட்டங்களை
புரிந்து கொள்ளும் பக்குவத்தில்
சராசரி மாணவனை
சரித்திர மாணவனாய்
முன் நிறுத்துவதில்

குற்றங்களை குறைகளை
வலியின்றி அகற்றுவதில்
இப்படி பலப்பல
என்னைமெழுகேற்றிய
ஆசானுக்கு மட்டுமே உண்டு
இறைக்கு ஒப்பிட:

-கரிசல் தங்கம்

9. கல்வி நாயகன்

கல்வியுலக பிரம்மா!
எங்கள் கருவிழி காணும் இறைவா!
மண்ணில் பலர் வாழ்ந்த போதும்
பண்பட்டது உங்கள் முன்தான்
உளிப்பட்ட சிலை போல
எங்கள் மனம் ஒருங்கே யானது
நெறிபட்ட வாழ்க்கையை எங்கள்
மனம் உயிரென பேணுது..
அய்ரெண்டு திங்கள் வயிற்றில் சுமக்காத போதும்
நமக்கு அறிவுப்பால் ஊட்டும் தாய்
ஆசிரியர்...
ஒளிர்கின்ற மதி நாங்கள் ஆயிரம்
ஒளியூட்டும் கதிரவன் நீங்கள் தான்...

இரா.மணிகண்டன்

10. வாழ்வின் வழிகாட்டி - ஆசான்

பள்ளி என்ற கலைக்கூடத்தில்
என் வாழ்வை
சிறப்பிக்கக் கிடைத்தாய்..
மழலைச் செல்வங்களை
சிறிது சிறிதாக செதுக்கி
சிலையாக வடித்தாய்..
விதைகளை எல்லாம்
ஊக்கத்தால் உரம் போட்டு
மரமாக மாற்றினாய்..
மெல்லிய வெள்ளைக் காகிதங்களை
வார்த்தைகளால் வண்ணம் தந்து
ஓவியமாக தீட்டினாய்..
இறக்கை முளைக்காத
பிஞ்சு பறவைகளையும்
எல்லையில்லா வானில் சிறகடித்து பறக்க
வைத்தாய்..
இந்த உலகில் என்றும்
அழியாத அறிவுச் செல்வத்தை
எந்த எதிர்பார்ப்புமின்றி
எனக்கு வழங்கினாய்..
சின்னஞ்சிறு குழந்தையாக
வந்த என்னை
சமூகத்தில்
சிறந்த குடிமகனாக மாற்றினாய்...
தாயோடும் தந்தையோடும

வீட்டில் கழித்த
நேரத்தை விட
நான் விதையில் இருந்து முளைத்து எழும்
வருடங்கள் யாவும் உன் அரவணைப்பில் தான்
அதிகம் உறவாடினேன்..
எட்டாத உயரத்திற்கு சென்றாலும் என்றும் நன்றி
மறவேன்..
நிகரில்லா தெய்வமே
நின்னை தலை வணங்குகிறேன்...!

- VALLI S

11. உலகை காட்டும் சாளரம்

பனிக்கூழின்
மனம்கொண்டு,
பகலவனாய்
இனம்கண்டு,
வெற்றிக்கு
வழிகாட்டும்
வித்தகனாய்
இருக்கிறார்.

பணியாக
எண்ணாமல்
சேவைஎன
செய்து
கடிகார
முள்ளாக,
நில்லாமல்
உழைக்கிறார்.

கிடக்கையை
அடக்கும்
வித்தைகளை
கற்பித்து
ஏணியாய்
மாறி
ஏற்றவாழ்வை

காட்டுவார்.

தடக்கையாய்
இருந்து
தடம்காட்டி
எங்களின்
குறைகளை
சுட்டி
நிறைகளை
கூட்டுவார்.

சிலையை
செதுக்கும்
சிற்பி
எனமாறி
திறமையின்
வேருக்கு
நீரூற்றி
வளர்ப்பார்.

அலைபோல்
ஓயாமல்
தலைமை
பண்போடு
அன்பினை
வாரி
அன்னையாய்

கொடுப்பார்.

உயிரும்,
மெய்யும்
வளர்த்திட
தமிழின்,
உயிர்மெய்
எழுத்தை
காட்டிய
கவியே ..

துயரம்
எல்லாம்
உள்ளே
மறைத்து
அறிவை
சேர்க்கும்
புதையல்
புவியே ..

தலைமுறை
காக்க
நூல்பல
கற்று
வெற்றிநூலை
நெய்திடும்
தறியே,

மலைபோல்
உயர்ந்து
கடல்போல்
விரிந்த
திறமை கொண்ட
தீப்பொறியே....

-கு.தமயந்தி

12. உயர்வை ஊட்டும் ஆசான்

பெற்ற தாயிக்கு தெரியும்,
  பிள்ளையின் பெருமை, வளர்ப்பு தாயிக்கு
  தெரியும் பிள்ளையின் சுமை,
ஆசிரியருக்கு மட்டும்
  தெரியும் பிள்ளை திறமை,
வகுப்பறை பிள்ளையை எல்லாம்,
தன் பிள்ளை போல நேசித்து,
குழந்தை உணர்வு
  எல்லாம் அன்பினால் அரவணைத்து,
படிப்பு அறிவு மட்டும், ஊட்டாமல், தனித்திறனை வெளிகாட்ட,
  போட்டிகள் பல வைத்து, எந்த பெருமையும் தான் பெறாமலே,
இந்த உலகிற்க்கு அடையாளம் காட்டி, அந்த
உயர்வை வேடிக்கை பார்த்து மகிழ்வதே,
ஆசிரியரின் ஆசை....

   - நாமக்கல் செந்தில்..

13. ஒளிவிளக்கு

கற்பித்தலும் கற்றலும் கலந்து அறிவு எனும்
தேனை அருந்த தருபவர்

புரிந்து உணரமுடியாத பொருளைப் பிரித்து அதன்
சுவையை உணர பருக தருபவர்

உதவிக்கு வரும் ஊன்றுகோலாய் மட்டுமல்லாது
இருள் தடத்தின்
ஒளி விளக்காய் விளக்காய் வழிகாட்டும்
சுடர் மணியாய் திகழ்பவர்

வாழ்வெனும் போரில் அறிவு என்னும்
வாள் ஏந்த பயிற்சியளித்து அயர்ச்சி
அடையாதவர்

அறிவெனும் அமுதூட்டி வாழ்வில் அன்புடன்
பழக வழி காட்டி நிற்கும் கலங்கரை விளக்கம்
அவர்

ஐந்தின் பொருளான நம்மில் ஐந்தின்
பொருளுணர்ந்து ஐந்தும் ஒன்றாகி நிற்கும்
ஞானத்தின் மோன நிலையின்

உயரத்தினை நாம் அடைய கீழ் இருந்து நம்மை
ஏற்றிவிடும் உயரம் குறையாத ஏணியாக
இருப்பவர் ஆசிரியர்

வெ. கணேசன்
சேலம்

14. எழுத்தறிவிக்கும் இறைவன்

மண்சிலையாக பள்ளி வரும் சிறாரை சிற்பமாக்கி
அதற்கு உயிரூட்டும் உயிரோவியர்!-ஆசிரியர்

குழந்தைகளை பேணிக்காக்கும் இரண்டாம்
பெற்றோர்!-ஆசிரியர்

எழுதுகோல் எனும் ஆயுதம் கொண்டு மனிதனை
புனிதனாக்கும் புனிதர்!-ஆசிரியர்

சமுதாயத்தை சீர்திருத்தி நல்வழிப்படுத்தும் சமுக
சிற்பி!-ஆசிரியர்

உலகில் இருக்கின்ற அறியாமை எனும் இருளை
நீக்கி
அறிவொளி பாய்ச்சும் அணையா ஒளிவிளக்கு!-
ஆசிரியர்

ஏற உதவும் படிக்கற்கள் மட்டுமல்ல
ஏற்றிவிடும் ஏணிப் படிகளே!
எழுத்தறிவிக்கும் இறைவனான ஆசிரியர்

பொ. மோகன்ராஜ்

15. புத்துலகு படைக்கும் புரட்சியாளர்கள்

அகண்டு விரியும் /
அறிவின் ஆரம்பப்புள்ளியை /
அகரத்தில் தொடங்கி வைக்கும் அற்புதர்கள்.
மாணவர்களின் உயர்வில் /
மனம் மகிழும் /
தன்னலமற்ற தயாளர்கள்.
தொடர் ஊக்குவிப்பால் /
மூங்கில்களை புல்லாங்குழலாக்கும் / வாழ்க்கை
வித்தகர்கள்.
புத்தகப் பாடங்களை கடந்தும் /
அறிவுக்கிடங்கை புத்தியில் ஏற்றி /
புத்துலகு படைக்கும் புரட்சியாளர்கள்.
அகண்டு விரியும் வானத்தைப்போல /
அறிவை விரிவாக்க அயராது உழைக்கும் /
அறிவுப்பறவைகள்.
வரலாற்றுப் பக்கங்களில் /
 சாதனையாளர்களை நிரப்ப /
சாமானியர்களை உயர்த்தும் ஏணிப்படிகள்.
அறியாமை இருளை /
அறிவொளியால் விலக்கும் /
பகுத்தறிவுச் சுடர்கள்.
துறைதோறும் புதுமைகளை / துடித்தெழுந்து
புகுத்தும் /
நவயுக சிற்பிகள்.

-ச. கோபிநாத்

16.ஆதவனின் அகராதி

ஆசுக்களை அகல்பவனாய்,
அனுதினமும் கற்பவனாய்;
ஞானம் அறிந்தும்,
ஞாலம் பெருக்குவனாய்,

தளிருக்கு
உயிரூட்டுவதும்,
அறிவூட்டுவதும் நாமோ!
அ முதல் அகரம் வரை
கற்பித்த ஆதவனோ...

கற்பனைகளை,
காட்சிகளில் காட்டுவதும்,
உங்கள் கற்பனைக்கும், திறவுகோலாய்,

வளரிளம் பருவத்திற்கு
வளர்பிறையாய்,
உளி கொண்டு செதுக்கி,
வலி ஏற்பதும் நாங்களோ!

ஒழுக்கமே உயர்வு
என்பதே
எங்கள் மந்திரமே...

சிரிப்பையும்,
சிந்திக்க வைப்பதும்,
சிந்தனையே,
சிரிப்பில் சிதற விடுவதும்,
திரியாகி ஒளிசுடர் ஏற்றுவதும்,

செல்லும் பாதையில்,
முட்பாதைகளில் வழிவகுப்பதும்
நாங்களோ!

அடிகளின் பின்னாலே
அடங்கியுள்ளதே,
உந்தன் எதிர்காலமே...

அனுபவத்தை கூறும்
அற்புத வித்வானாய்...
புன்னகை பூத்த முகத்தில்
பூக்களை மலர வைத்தோமே!

கட்டுப்பாட்டுக்கு கட்டுப்பட்டு
கட்டுக்கோப்பாக காத்தோமோ...

விதையை விருட்சமாக்குவதும்
களைகளை களைந்தெடுப்பதும்
வாழும் வழியை வரையறுத்தும்,
பாதை வகுத்து,
மேதையாக்குவோமே!,

அன்புக்கு அடங்கினோம்,
அறியாதவனை அடக்கி வைத்தோமோ...

அனைத்தும் கற்று
அகராதி அறிந்து
அகந்தையற்றவனாய்,

பாரதம் பலப்படுத்த,
பக்குவப்படுத்துவோம்
பாலர்களையே!

இந்தியாவின்
இளைய சக்தியை
இரும்பாக்குவோமே ...,

மாணக்கர்களின் மகிழ்ச்சியே,
மனநிறைவே எங்களுக்கு;
கரும்பலகையில்,
கலந்துரையாடி
காலமும், நின்று
தோய்ந்தனவே எந்தன் எலும்புகளே....
உம் பெயரை,
நற்பெயராக
மாற்றுவதே,
எங்கள் பேராசையே...

என்றோ ஒரு நாள்
என்னை நீ கண்டால்
உந்தன் உயர்வு கண்டு,
உள்ளம் உருகுவேனே...
தாழ்வு கண்டால்,
தரிகெட்டிடுவேனே...

ஓராண்டு பயின்றாலும்
உள்ளத்தில் உண்டு
தனிச்சிறப்பே;

தன்னலமின்றி
உன்னலத்தில்
உருகி நின்றோமோ...
வாணுக்கும்,
மண்ணுக்குமிடையே,
வாழ்ந்துகாட்டும் தெய்வமோ...
வேலையல்லவோ இதுவோ,
தனிச் சேவைதானோ...
உங்களில் ஒருவனாய்,
ஒரு கால மாணவனாய்
நேசிக்கிறேன் எம் பணியை நொடிக்குமே ...

மஞ்சு. கி

17.ஆசிரியர் தாயே

பச்சை மண்ணாய் நான்;
அதை கீறி விதையிட்டாய்;
அறிவு
 நீரூற்றினாய் ;
என் வளர்ச்சி கண்டு;
ஆனந்தம் கொண்டாய்;
நான் செய்த தவறுகளையும் நான் செய்த
குறும்புகளையும் அன்புடன் ஏற்றுக் கொண்டாய்;
நான் பெற்ற மதிப்பெண் கண்டு மலர்ச்சியுறும்
உன் முகத்தில் என் தாய் முகம் கண்டேன்
பலமுறை;
உனக்கு தான் இவ்வுலகில் எத்தனை எத்தனை
குழந்தைகள் என்னைப்போல்;
உன் வழிகாட்டலில்
வருங்காலம் எனக்கு வழிமொழியும் நானும்
ஆவேன் உன் போல் ஆசிரியை தாயாய்.

பெயர்:லெ.சு.
பவன் பிரணவ்
வகுப்பு: ஒன்பது
பள்ளி: ஆர்.எஸ்.கே. மேல்நிலைப்பள்ளி
மாவட்டம்: திருச்சி

18. அறிவொளி ஏற்றும்.. ஆண்டவர்....

கரும்பலகைக்
கடவுள்.. நம்
வாழ்நாளின்
கால் நூற்றாண்டு
கதாநாயகன்...

அகரம்
எழுதத் தொடங்கி..
அதிகாரத்தில் அமர
வைப்பது வரை...

ஓய்வில்லா பகலவன்..
அக இருள் அகற்றும்..
பகல் அவன்..

அடிமையானவனை..
அரசனாக்கும்...
அறியாமையிலிருந்து..
அகன்ற அறிவினை..
கொடுக்கும் ஆசான்..

எழுத்தை..
சீராக்கி..

தலையெழுத்தை..
தரமாக்கி..
தலைசிறந்த.. மனிதனை..
தரணிக்கு..
தரும் தராசு..

திறமையை..
கண்டறிந்து..
தீமையை
விலக்கி..
அறத்தை..
கற்பித்து..
மறத்தையும்..
போதிக்கும்..
போர்முரசு..

களவாட இயலா
கல்வியை..
களமாடி கற்றுத்தரும்
தோழன்..

பலனேதும்
பாராமல்..
பரமனைப்போல்
பாசம்தரும்..
பண்பாளர்..

எண் எழுத்து..
புகட்டும்..
பகட்டில்லா..
அறிவு புகட்டி..

இன்று..
எழுதும்.
எழுத்துக்கூட..
நீர்..
கற்றுத்தந்ததே..

நன்றியுடன்..

ஜோ. கோபிநாத்.
ஆத்தூர்..
சேலம் மாவட்டம்.

19. சுவரில்லா சித்திரம்(ஆசிரியர்)

அற்பணிப்பே, ஆர்ப்பரிப்பே...

இதிகாசமே, ஈகையின் சிறப்பே.....

உலக அதிசயமே, ஊன்றுகோலே.....

என்றும் இனிப்பே, ஏகாந்த சிறப்பே......

ஐயத்தின் பொருளே, ஒல்காப் புகழே......

ஓவியத்தின் ஒப்பனை யே, ஒளடதத்தின்
அளவீடே...

கலைநயமே, கார் வண்ண மேகமே....

சர்வதேச வியப்பே, சாகசத்தின் உச்சமே...

தன்னார்வ சமூகமே, தார்மீக பொறுப்பே..

நன்றியின் பிறப்பிடமே, நாளந்தா வின்
சிறப்பிடமே...

பகுத்தறிவு பெட்டகமே,
பாற்கடலின் பக்குவமே....

மகிழ்ச்சியின் கூடாரமே, மாங்கனி யின்
மதிசாரமே.....

வகுப்பறை வள்ளலே, வாழ்த்துக்களின்
வானுரையே...

குடும்பக் கட்டுப்பாடு அற்ற நிறைகுடமே,
கோமகனின் மணிமகுடமே......

கல்வியறிவு அற்ற களர் நிலம் கூட, வையத்துள் நீ
கண்டால் வளர் நிலமே, துளிர் விடுமே......

சுண்ணக்கட்டிகளின் சுவாசமே, சூத்திரங்களின்
சாத்திரமே....

நா. வசீகரபொன்றாம்
ஆசிரியர்
சின்னஔவுலாபுரம் தேனி மாவட்டம்

20. என் ஞான இழுவிசை

அகிலத்தின் ஜோதியாய்
அரும்பின் மலராய்
அறிவின் பாதையாய்
அறியாமையின் மருந்தாய்
ஊக்கத்தின் உருவமாய்
கற்பனையின் ஊற்றாய்
கல்வியின் காமதேனுவாய்
சிந்தனையின் சிற்பியாய்
வானவில்லின் வண்ணமாய்
யாவும் அறிந்து யாவும் தெளிந்து
யாவும் உணர்ந்திட - பற்பல
பண்புகளை பிரதிப்பலித்ததால்
கற்பதும் காந்தமென உணர்ந்தேன்
என் ஆசிரியரின் ஞான இழுவிசையால்!

சி.பவித்ரா

21. அகிலமே போற்றும் என் ஆசான்..

ஆடுமாடு மேய்த்தவனுக்கு
அறிவு மெல்ல கற்று தந்தாய்
ஆண்டியின் மகனை கூட
அரியணையில் அமர வைத்தாய்...

அரசாங்கமும் உன்னிடத்தில்
அதிகாரமும் உன்னிடத்தில்
அனைவரையும் உருவாக்கிடும்
அட்சயபாத்திரமும் உன்னிடத்தில்..

அரசனையும் வணங்க வைத்தாய்
அரசாணையும் தெரிய வைத்தாய்
அடிமட்டத்தில் இருந்தவனை ஆகாயத்தில்
நிறுத்திவிட்டு
அமைதியாய் தானே இருந்து கொண்டாய்

உனக்கென்ன வேண்டுகோளா? என்
உயர்வுக்காய் அனுதினமும்
உன் உழைப்பை கொட்டுகிறாய் எங்களை
உயர பறக்க செய்கின்றாய்...

ஏதுமறியாத ஏழை குழந்தை நான்

ஏட்டு கல்வி கற்றேன் உன்னாலே
ஏமாற்றம் கண்ட இவன்
ஏவுகணை ஏறுவதும் உன்னாலே

எண்ணங்கள் ஆயிரம் வேறுபடலாம்
எதற்கென்று கூட பல கேள்வி வரலாம்
என்னுள் வாழ்க்கின்ற நீ
எளிமையின் சாயிலாய் மட்டுமே வாழ்க்கின்றாய்.

எனக்கோர் ஆச்சரியம்
எப்படி உங்களால் இவ்வளவு முடிகின்றது
எது எத்தனையோ பற்றி
எடுத்துக்கூற உன்னால் மட்டும் முடிகின்றது...

அ, ஆ, இ, ஈ கற்றுத்தந்தவரே
அகிலத்திற்கு என்னை அடையாளம் தந்தவரே
அறிவியல் பாடம் கற்று தந்தவரே
அதனுடன் அறநெறியும் போதித்த உத்தமரே...

ஒன்று இரண்டு கற்று தந்தவரே
ஒற்றுமையை பேண சொல்லி தந்தவரே
ஒலிகளை அளக்க கற்று தந்தவரே
ஓய்வு காலத்திலும் போதித்த உன்னதமானவரே...

விதை நன்கு வளர்ந்துவிட
வித்திட்டு விரயமாக்கியவரே என்

சதைப்பிண்டம் சாகும் வரை உன்
சாதனையை மறவேனோ?

ஓங்கி உயர்ந்து வளர்ந்து நின்று
ஓய்யாரமாய் நிழல் தரும் மரமானாலும்
ஓட்டை கட்டிடத்திலும் ஓங்கு தமிழ் கற்பித்த
உன்னை
ஒருநாளும் நினைக்காமல் இருப்பேனோ??

உன்னதமே ஓர் பிறப்பாய்
உலகில் உருவெடுத்தால்
உத்தமனே உன்னையின்றி வேறு
உனக்கு நிகர் யார் கூறு...

அறிஞர்கள் முதல் கலைஞர்கள் வரை
அனுதினமும் உன்னை பாராட்டாத
ஆட்கள் உண்டா இம்மண்ணில் மேல்
ஆளாக்கியதே நீவிர் தானே எங்கள் உயிருக்கு
மேல்...

மக்கு பையனென்றால்
மண்டையில் கொட்டு வைத்து
மனிதனாய் சமூகத்தில் என்னை உளவவிட்ட
மாணிக்கமென்றும் நீவிர் தானே...

பிரம்புக்கு தெரியும் உங்களின்

பிரியமும் உங்களின் பிரியா அன்பும்
பிணக்கு கொண்ட போதிலும்
பிள்ளை நலன் கருதி உழைத்தவன் நீ...

உழைப்பிற்கு பெயர் போன உன்னை
உலகமே வியந்தும் பாரட்டும் அன்னை
உயிர் உள்ளவரை கைவிடாதே என்னை
ஊருக்கு உபயோகமாய் நின்றாய் நல் நீருள்ள
தென்னை....

என்றும் என் வாழ்த்துக்களும் வணக்கங்களும்
உமக்கு....

ஏ.சிவக்குமார்.எம்.ஏ.பி.ட்
செம்மலைக்காடு
கெண்டென அள்ளி
பென்னாகரம்
தர்மபுரி-636811

22. கல்வி ஒளி

உன்னால் எதையும் சாதிக்க முடியாது
என்று ஏழனம் செய்தவர் முன்

உன்னால் மட்டுமே முடியும்

என்று ஊக்கப்படுத்தியது நீயே! தாயே!

என் வெற்றி பாதையில்

பெரும் பங்கு உன்னுடையது

என்னைப்போல் மாணவ மாணவிகளை

உன் குடும்பத்தில் ஒருவராக ஏற்றினாய்

நடுக்கடலில் நீச்சல் தெரியாமல் மூழ்கியபோது

கல்வி என்னும் தெப்பத்தைக்கொண்டு
கரையை அடைய செய்தாய்
என் எதிர்காலத்திற்காக
கல்வி ஒளியை வீசும் உன்னோடு
காதல் செய்வேன் என்றென்றும் கல்வியோடு.....!

-DG சிவன்

23. ஏணிப்படிகள்

பள்ளி எனும் கோவிலிலே
பாடம் சொல்லும் தெய்வங்களே
விண்ணில் மின்னும் நட்சத்திரங்களாய்
என்றும் பாரில் ஒளிர்பவர்களே.

ஆரம்ப வகுப்பில் அரிச்சுவடியையும்
அடுத்த அடியாய் கையெழுத்தையும்
சின்னஞ்சிறு பள்ளிப் பாடல்களையும்
சிறப்பாய் கற்றுக் கொடுத்தீர்களே.

ஏட்டில் உள்ள விடயங்களையும்
வாழ்வில் உள்ள தத்துவங்களையும்
ஐயமின்றி எம் அறிவிற்கு
அழகாய் விளக்கிச் சொன்னீர்களே.

ஒற்றுமை, முயற்சி, வீரம்
இத்தனையும் நம்மில் வளர்ந்திடவே
தினமும் உங்களை வருத்தி
அன்பாய் பயிற்சி அளித்தீர்களே.

எம்மை அறியாமல் செய்திட்ட
எங்கள் தவறுகளை கண்டித்து
நல்வழியில் நாங்கள் சென்றிடவே
வழிகாட்டியாய் நீங்கள் அமைந்தீர்களே.

விண்ணை நாங்கள் தொட்டிடவே
மண்ணில் ஆசி அளித்தவர்களே
நெஞ்சில் வஞ்சகம் இல்லாமல்
கண்ணில் வைத்து காத்தவர்களே.

உங்கள் வாழ்வை அர்ப்பணித்து
எங்கள் வாழ்வை வளமாக்கி
வெற்றிப் பாதையில் உயர்ந்திடவே
ஏணிப் படிகளாய் அமைந்தீர்களே.

**சித்திரவேல் சுந்தரேஸ்வரன்
கொழும்பு - 12
இலங்கை**

24.ஆசிரியர் என்னும் ஆறாம் அறிவு

கல்வியோடு பண்பும், பாசமும் புகட்டிய
நாளைய சமுதாயத்தை செதுக்கிய சிற்பிகள்.

அன்னை கருவறையில் உயிர் பெற்று,
ஆசிரியரின் வகுப்பறையில் அறிவை பெற்றேன்.

அழியாத செல்வமாம் அறிவென்னும்
விளக்கேற்றி
உலகை அறியவைத்தவர்கள்.

வாழ்கை பாதையில் வெற்றி என்னும் இலக்கை
அடைய
மானுடங்களை வழி நடத்தும் கலங்கரை
விளக்குகள்.

மாணவர்கள் கனவை மெய்ப்பிக்க தூண்டுகோளாய்
இருந்து உரமிட்டவர்கள்.

சமுதாயம் மலர வன்முறை தேவையில்லை
கல்வியும், உழைப்பும், ஒற்றுமையும் போதுமனது
என போதித்த சமுகசீர்திருத்தவாதிகள்.

பயிலும் மாணவர்கள் அனைவருக்கும்
பெற்றோர்களாகும்

வரம் வாங்கி வந்த தெய்வங்கள்.

தேர்வில் தோற்கலம் ஆனால் வாழ்க்கையில்
தோற்று விட கூடாது என சொன்ன நாவல்கள் தான்
ஆசிரியர்கள்.

சவால்களை சந்திக்க துணிவு தந்து, வாழ்க்கையில்
எதிர்நீச்சல் செய்து வெற்றி பெற நம்பிக்கை
என்னும் கை தந்து வழிநடத்தியவர்கள்.

நாம் உயர முது கெழும்பாய் இருந்து உயர்த்தி
அரியணையில் ஏற்றி பெற்ற வெற்றியை
கொண்டாடினார்கள் நம் பெற்றோர்களுடன்.

திகட்டாத திரவியமாய் அறிவை உண்டதால்
அடைந்தேன் தாயின் கருவினிலே உருவான
பலனை.

இன்பத்தை மறந்து, தன்னலம் பாராமல், சுயநலம்
பேணாமல், அறப்பணிக்காக தங்களை அற்பனித்த
தியாகதிரு உள்ளங்கள் ஆசிரியர்கள்.

நல் முத்துக்களை சேர்த்து, மாலையாக செய்து,
சமுதாயத்தை அலங்கரித்து அழகு பார்த்தார்கள்,
உருவாக்கியது தான் என கர்வம் சிறிதும்
இல்லாமல்.

ஆசிரியர்கள் இல்லையேல் இவ் உலகு இல்லை !!!

அவர்கள் அடி தொட்டு பாதம் வணங்குவோம் !!!

வாழ்வில் உயர்வோம் !!!
உலகை வெல்வோம் !!!

-நே. மகாலட்சுமி

25. அன்பின் பிறப்பிடமே

உலக அறிவின் பிறப்பிடமே ஆசான்.....

கருணை கடலின் பிரதிபலிப்பே ஆசான்....

பகுத்தறிவில்லா மக்களையும்
பக்குவப்படுத்துபவனே ஆசான்.....

அமைதியின் ஒளிச்சுடரே வடிவமே ஆசான்.....

பள்ளி குழந்தைகளை தன் குழந்தையாய்
நினைப்பவனே ஆசான்....

பல்திறன் நுட்பத்தை பற்றோடு கற்றுக்
கொடுப்பவனே ஆசான்....

தமிழை வளர்க்க தன்னுர்வுடன் கற்று
கொடுப்பவனே தமிழசான்....

விண்ணில் பறக்க விஞ்ஞானியை
உருவாக்கியவனே ஆசான்.....

எட்டாத கனியா முற்காலத்தில் இருந்த கல்வி....

எட்டி படிக்கக்கூடிய வகையில் தற்போது
கிடைக்கிறது.....

ஆசானே முதற்கடவுள்....

சிற்பி சிற்பத்தை செதுக்குவது போல
ஆசான் மாணவனை செதுக்கிறான்....

தன்னலமில்லா தந்தையே ஆசான்...

தனக்கென வாழ தனிப்பிறவியே ஆசான்....

தன் மாணவன் பெற்ற பட்டத்தை தான் பெற்றதாக
நினைப்பவனே ஆசான்....

ஆசிரியை மதி அறிவு பாதையில் நட....

ஒழுக்கத்தின் உந்துசக்தியே ஆசான்....

ஆசானே அனைத்தும் அறிந்தவன்...

அவர் பாதையில் நடந்து சிறந்த மாணவனாக
உருவாகு....

- *முனைவர்.ச.சத்தியபானு*
சிவகங்கை

26. நான் கண்ட கலைச்சிற்பி

அன்று நீங்கள் அடித்த அடிகளால்;
இன்று என் வாழ்க்கையின்
நொடிகள் சுகமானது..!!!

அன்று உரைத்த விரிவுரை காயாய் கசந்ததே...,,,
இன்று நினைவில் அறிவுரை கனியாய் இனிக்குதே..!!!
வாழ்க்கையில் இமயம் தொட்ட
அனைத்து கால்களின் முதல் படி
நீங்கள் தான்..!
என் வாழ்வில் மட்டுமல்ல..,

ஒவ்வொருவர் வாழ்விலும் வலியை தாங்கி கொண்டு
ஏணிப்படியாய் சுயநலமின்றி வெற்றியை நோக்கி
முன்னேற்றும் நல்லாசிரியரும் நம் கடவுளுக்கு
நிகர்தானே..!!!
கல்லிலே கலைவண்ணம் என்பார்கள்...
முற்றிலும் மாறுபட்ட கருத்து..!!!
கல்லை சிலையாய் செதுக்கும் கலைசிற்பியிடமே
கலைவண்ணம் இருக்கிறது..!!!
கலைசிற்பியாய் தியாகம் கொண்டு திகழும் அனைத்து
நல் ஆசிரியர்களுக்கும் எனது மனமார்ந்த
வாழ்த்துக்களும் நன்றிகளும்
இப்படிக்கு என்றுமே உங்கள்
அன்பு மாணவன்

கவிஞர் பாரதி பாஸ்கி
காரைக்குடி, சிவகங்கை மாவட்டம்.

27.முதல் வகுப்பு ஆசிரியர்

மண்ணையும் தண்ணீரையும் சேர்த்துப் பிசைந்து
திருநீறு பூசி விளையாடி வந்த என் கரத்தையும்
பிடித்தமர்த்தி எழுதப் படிக்கக் கற்றுக்கொடுத்த
என் முதல் வகுப்பு ஆசிரியரே.....

பாதம் பணிகிறேன்...

பலபல வருடங்கள் கடந்தாலும்...

உம்மைப்போல பேச....

உம்மைப்போல பாட....

உம்மைப்போல எழுத...

உம்மைப்போல
நடக்க...

உம்மைப்போல
கருத்துக்கூற...

உம்மைப்போல நேசிக்க...

உம்மைப்போல

யோசிக்க....

உமக்கு நிகர்
யாருமில்லை........

ஆசிரியராய் நீர்
இருப்பது

சாபம் அல்ல... வரம்...

ஆசிரியராய் இருப்பது

சலிப்பு அல்ல... சாகசம்....

ஆசிரியராய் இருப்பது

மழுங்கிப் போக அல்ல... மங்காதிருக்க.....

ஆசிரியராய் இருப்பது

அவசரக் கலவை அல்ல.... அது
வரப்பிரசாதம்....

ஆசிரியராய் இருப்பது

பொழுது போக்க அல்ல....

சமுதாயத்தின் பழுது பார்க்க.......ஆம்

ஆசிரியராய் இருப்பது... அழைப்பு மட்டுமல்ல...
தெரிந்தெடுப்பு
மட்டுமல்ல _ அது
அர்ப்பணிப்பு
ஆகமொத்த சொர்க்கம் நீ.......
என்றும் உம் பாதத்தில்
நன்றி... சமர்ப்பணம்....
வருக... ஆசிகள் தருக....

-M. சித்ரா குபேர சம்பத்..

28. மதியின் இதயம்

உள்ளத்தின் ஒளி தீபம்
   உயிரின் அடி உரம்
அன்பின் அடிக்கல்
   அறிவின் வித்து

வண்ண வாழ்வின்
   கலங்கரை விளக்கம்
பொறாமை பதத்திற்கு
   பொருளில்லா அகராதி

ஈன்றோருக்கு அடுத்து
   என்பிள்ளை என்றவர்
பள்ளியின் பொக்கிசம்
   பாதுகாப்பின் பெட்டகம்

உன்னத வாழ்வின்
   உதைபடா ஏணி
உலக வாழ்வின்
   ஒப்பில்லா தோணி

வானுயர்ந்து வளர்ந்தாலும்
   வஞ்சமின்றி மகிழ்பவர்
வாழ்வின் பாதையை
   வசந்தமாக அமைத்தவர்

பாராட்டுப் பூக்களை
    பரிசாக்க. வைத்தவர்
பாசம் பண்பை
    பாங்காக பதித்தவர்

நினைவில் வாழ்த்தி
    நித்தம் இயக்கும் கருவி
மக்கள் நம்மை மதிக்க
    மதியளித்த மந்திரம்

உயிருள்ளவரை நாமும்
ஓயாது பூஜைசெய்யும் கடவுள்
உயிரில் கலந்த உறவு....ஆசான்
என் மதியின் இதயம்.....

                -மு.பழனிச்சாமி

29. *சமுதாயச் சிற்பிகள் ஆசிரியர்கள்"*

வஞ்சமில்லா நெஞ்சங்கள்,
லஞ்சமில்லா தூயவர்கள்,
தன்னலமில்லா ஏணிகள்,
நேர்மையின் நேர்கோடுகள்,
ஆசிரியர்கள்!

மாணவர்களின் வளர்ச்சிக்கான,
அனைத்து முயற்சிகளையும்,
தொய்வின்றி தொடர்ந்தளிக்கும்,
விடாமுயற்சியின் சின்னங்கள்,
ஆசிரியர்கள்!

மூச்சு இருக்கும்வரை,
பேச்சின் வல்லமையால்,
துரும்புகளையும் தூண்களாக்கும்,
வித்தையைக் கற்றவர்கள்,
ஆசிரியர்கள்!

ஆயிரம் வலிகளை,
தனக்குள் மறைத்து,
ஆயிரம் கற்பிக்கும்,
அதியசப் பிறவிகள்,
ஆசிரியர்கள்!

இருக்கும் இடத்தில்,
இருந்து கொண்டே,
மாணவர்களை உலகம்,
சுற்றவைக்கும் காலச்சக்கரங்கள்,
ஆசிரியர்கள்!

கரும்பலகையில் கைவைத்து,
உலகின் தலைவிதியை,
எழுதும் பூலோக,
பிரம்மாக்களின் பாதம்தொட்டு,
வணங்குவோம்!

- இரா. பூபதி.
சேலம்.

30. ஆசிரியர் என்னும் உன்னதர்கள்...

ஆசிரியர்கள்...
அறிவுக்கண் திறந்தவர்கள்
சுயநலம் துறந்தவர்கள்...
மனஇருளை நீக்கியவர்கள்
மனிதம் ஊட்டியவர்கள்...

அகிலம் படைத்தவர்கள்
அறியாமை துடைத்தவர்கள்...

ஆற்றல் வளர்த்தவர்கள்
கற்பித்தலில் களைத்தவர்கள்...

அன்பு நிறைந்தவர்கள்
அனைத்தும் தெரிந்தவர்கள்...
புகழ்ச்சியை விரும்பாதவர்கள்
இகழ்ச்சியில் துவழாதவர்கள்...
இவ்வுலக மாய வாழ்வினில் -நம்மை
மாபெரும் நிலையை அடைய செய்த
உன்னதர்கள்...
இனியொரு பிறவி எடுத்தால் அந்த ஆசிரியர்க்கே
மாணவனாக வேண்டும்...
இல்லையேல் அம்மாணவர்க்கு ஆசிரியராக
வேண்டும்....

-க. சகரியா B.Sc., MLIS., M.Phil., CLIS.,

31. நெறி நாயகன்

விருதுகளின் விந்தை வித்தகராம்!

சிறு குறிப்புகளில் சின்ன கலைவாணராம்!

சிறப்புகளில் சீர்மையின் சின்னமாம்!

மனித குலத்தின் மகத்தான மாண்பாம்!

உம் எழுதுகோல் முனைக்கு இல்லை இணையாம்

அன்பு பணிகளால் எய்யாமை அழித்தவராம்

என்னை செதுக்கிய
உயிரே ஆசானே

வாழ்த்த வயதில்லை

வணங்கி மகிழ்கிறேன்...

உங்களை உலகம் வாழ்த்த பாடுபடுவேன்...

**-தி கிருத்திகா
நெய்வேலி**

32. பிரம்மனின்அவதாரம்.

பள்ளி எனும் பூமியில்
காலையில் உதிக்கும்
சூரியன்....!

தன் ஆயுள் முழுவதும்
அறிவொளியை -பரப்ப
தவறுவதேயில்லை.... !

நின்று கொண்டே
போதிக்கும்
போதிமான்கள்....!

கரும்பலகை எனும் திரையில்
உலகம் காட்டும் கடவுள்...!

உன்னுடைய எதிர்காலம்
குருவின் கைகளில் இருந்தே
தொடங்குகிறது....!

சமூகத்தின் இருள் பரவிய
இடங்கள் எல்லாம்
ஒளி பிறக்க செய்யும்
ஆதவன்....!

ஒவ்வொரு வாழ்க்கைக்கும்

விளக்கேற்றி வைக்கும்
அணையா விளக்கு...!

சமுதாயத்தின் கலங்கரை விளக்கு...!

கல்வி எனும் அட்சய பாத்திரம் பெற்றிட
காத்திருக்கும்
சமூகங்கள்..!

சமுதாயத்தின் அணிவேர்கள்....!

பேசாத தெய்வங்கள் வாழும்
கோவில்களில்..
பேசும் தெய்வங்களாக
பள்ளி எனும் கோவில்களில்
நின்றே அருள் செய்யும் கடவுள்..!

பேசும் கடவுளின்
காலடிப்பட்டால்
சமுதாயம்
சாபவிமோசனம் பெறும்...!

நேர்த்தியான சமூகத்தை
செதுக்க
பூமிக்கு வந்த பிரம்மன்...!

இந்த பிரம்மனின்

72

உளிபடாத கற்கள் என்றும்
மணிதனாவதில்லை....!

ஒவ்வொரு ஊரிலும்
இந்த கற்பக விருட்சத்தின்
நிழல்கள் இருந்தே
சொர்க்கத்தின் பாதை தொடங்குகிறது...!

பெரும் சாம்ராஜ்யத்தையும்
தூக்கி எறியும்
சாணக்கியன்....!

குருவின் பார்வைப்பட்டே
இந்த-பூமியும்
புண்ணியம் பெற்றது... !

நன்றி.
-அ. செல்வராஜ். க. நா. ஊர்
உடுமலை.

33. கனவின் தூண்கள்

உந்தன் வேரில் நான் வளர்கிறேன்;
உந்தன் சொல்லில் காலம் உணர்கிறேன்.
நெற்பயிர்களின் வளர்ச்சியில் காணும்
பசுமைச் சோலையைப் போல்
உங்கள் சேவையின் வளர்ச்சியில்
எங்கள் சோலையைக் காண்கிறோம்;
எழுத்துகளின் உணர்வுகளில் பிறக்கும்
கவிதைக்கு அர்த்தம் வார்த்தைகள்:
பெற்றோரின் உணர்வுகளில் பிறக்கும்
எங்களுக்கு அர்த்தம் நீங்கள்;
உயிர்களை உருவாக்கும் இயற்கைப் போல்
யுகங்களை உருவாக்கும் கடைமைவாதிகள்
நீங்கள்;
வள்ளல் அல்லவா நீங்கள்!
அறிவை கற்றுக் கொடுக்கும் வள்ளல்.

- **செந்தில்வேல்**

34. ஆசிரியர் எனும் நல்வழி:

விண்ணை அளக்க முடியாது, மண்ணை அளக்க
முடியாது.

அது போலதான் நீங்கள் கற்றுக்கொடுத்த
ஒழுக்கமும் அறிவும்..

சிறுவயது முதல் ஆசானாய் மட்டும் இல்லாமல்
உற்றத் தோழனாய்,

அன்பு காட்டும் அன்னையாய் இன்றளவும் எனக்கு
உதவும் படைப்பாளியாய் திகழும் ஆசானே

உங்களுக்கு எத்தனை முறை நன்றி சொன்னாலும்
மிகையாகா ...

பாதை தெரியாமல் நான் நின்ற போது
வழிகாட்டும் நல்உறவாய் வந்தவர்

நீங்கள் பல்வேறு சமயங்களில் உன்னால் முடியும்
என்று கூறி என்னை ஊக்கப்படுத்தி
நல்வழிப்படுத்தியவர்
நீங்கள் தான் ஆசானே..

--த.இராஜ்குமார் இளம் கணினி அறிவியல்,
காஞ்சிபுரம் மாவட்டம்

35. நின்பணி வாழியவே !!!!

அன்றென் கிறுக்கல்களைத் தாங்கிக் கொண்ட
ஆசான்களுக்கு அடியேன் கிறுக்குமோர் கடிதம்
ஒன்றும் தெரியாதவனாய், புரியாதவனாய்
ஒன்றாமாண்டில் காலடி வைத்த நமக்கு
கைப்பிடித்து எழுதச் சொல்லி – தாம்
போட்ட எழுத்துச் சுழிகள் நம்
நரம்பு சுழிகளுக்குள் இன்றும்நின்று வட்டமிட்டுக்
கொண்டிருக்கும்
அன்பைத் தருவது தாயின் கருவறையென்றால்
அறிவைத் தருவது ஆசான் வகுப்பறை என்று
தெளிந்தோம்
குறைக்குடமாய் இருந்த நம்மை
நிறைகுடமாய் உருவாக்கிய ஆசான்கள்- அறிவு
நிறைந்தவனாய்க் கால ஏட்டில் பொறிக்கச்
செய்தனர்
மறைகள் பல போதித்து மாணவர்களைப்- பற்பல
துறைகளில் மிளிரச் செய்திடும் மின்மினி
பூச்சுக்கள் ஆசிரியர்கள்
கறைகள் பட்ட உள்ளத்தைக் கல்வியால்
கற்பூரமாக்குவதொடு
பண்பையும் அன்பையும் இரண்டறக் கலந்து-
கல்விக்
கண்ணைத் திறக்கும் ஆசிரியர்களாலே-
எதிர்காலத்தில்
சிறைச்சாலைகள் பல மூடப்படும் அல்லவா?

வெண்பலகைதனில் வெண்ணிற மைக்கொண்டு
வெண்மை மனத்தாலே
தண்மிக்க சூழலிலே கற்பிக்கும்
நல்லாசிரியர்களைப் போற்றிக் காப்பது நம்
கடமையே !
ஆசிரியர்கள் சமுதாயச் சிற்பிகள்- நமை
அறிவாளியாக்கும் கல்வி மான்கள்
அறத்தோடு தன்மாணாக்கன் இன்பமுற வாழ
அவர்தன் வாழ்வில் இல்லல் வரினும்
மெழுகாய்த் தன்னை உருக்கி மாணவச்
செல்வங்களுக்குக்
கற்பிக்கும் ஆசான்களே
வாழிய நின்சேவை
வாழிய நின்னறப்பணி
வாழிய வாழியவே !

-கனகநாதன்

36. ஆசிரியர்

அன்னையை அடுத்து என் கரம் பிடித்து
மீண்டும் கருவறைக்குள் கூட்டி சென்றாய்!!

அங்கேயும் இருட்டு
இங்கேயும் இருட்டு
ஒன்றுமே புரியவில்லை!!

விரல் பிடித்து எழுதவைத்தாய்
நான்கு சுவரில் உட்கார வைத்து உலகமே
காட்டினாய்!!

ஓங்கி அடித்ததால் என்னவோ.......
மண்டையில் இறங்கியது படிப்பு!!

உன்னை கண்டு பயம் எனக்கு!
காரணம் அந்த புரியாத கணக்கு!!

பெற்ற மதிப்பெண் குறைவாயினும்
உன்னால் நான் பெற்ற மதிப்பு என்றுமே
குறையாது!!!

தரிசாய் போயிருப்பேன் நீங்கள்
வாழ்வில் பரிசாய் வரவில்லை என்றால்!!

புரியாத வாழ்வை புரியவைத்து புதிதாய் மாற்றிய
பூவே!
வாடாத மலரே!!
வாழ்க பல்லாண்டு!!!

என்னை உளி கொண்டு செதுக்கிய சிற்பியும் நீரே!!!

-லோ.பிரியபாரதி
(என் ஆசிரியருக்கு சமர்ப்பணம்)

37. எனக்கு கிடைத்த கடவுள்

பச்சை மண்ணாய் நான்;
அதை கீறி விதையிட்டாய்;
அறிவு
நீரூற்றினாய் ;
என் வளர்ச்சி கண்டு;
ஆனந்தம் கொண்டாய்;
நான் செய்த தவறுகளையும் நான் செய்த
குறும்புகளையும் அன்புடன் ஏற்றுக் கொண்டாய்;
நான் பெற்ற மதிப்பெண் கண்டு மலர்ச்சியுறும்
உன் முகத்தில் என் தாய் முகம் கண்டேன்
பலமுறை;
உனக்கு தான் இவ்வுலகில் எத்தனை எத்தனை
குழந்தைகள் என்னைப்போல்;
உன் வழிகாட்டலில்
வருங்காலம் எனக்கு வழிமொழியும் நானும்
ஆவேன் உன் போல் ஆசிரியை தாயாய்.

பெயர்:லெ.சு.
பவன் பிரணவ்
வகுப்பு: ஒன்பது
பள்ளி: ஆர்.எஸ்.கே.மேல்நிலைப்பள்ளி
மாவட்டம்: திருச்சி

38. ஞான ஒளி

ஆயிரம் அறிவுச்சுடர்களை ஏற்றும் ஒற்றை
மெழுகுவர்த்தி
அறிவொளியை வழங்கும் அறிவுப்பெட்டகம்
ஆயிரம் பிள்ளைகள் இருந்தாலும் தன் பிள்ளையை
தேடும் கண்களில்
ஆயிரம் பிள்ளைகளையும் தன் பிள்ளையாய்
காணும்
அற்புதகுணம் கண்டேன் உன் கண்களில் மட்டுமே
வாழ்வில் நாங்கள் உயர ஏணியாகவும்
வழியறியாமல் மனம் தடுமாறும்போது
வழிகாட்டியாகவும் வாழ்வில் தடம் காட்டினாய்
எங்கள் விடியலுக்கு உன் வாழ்வையே
அர்ப்பணித்த தியாக உயிர் நீ
துவண்டு விழும்போது தூக்கி நிறுத்தினாய்
தோல்வியில் அழும்போது தோழமையாய்
தோள்கொடுத்து அருகில் நின்றாய்
ஆயிரம் சாதனையாளர்களை உருவாக்கும் ஒற்றை
சாதனையாளர்
இறைவன் மனிதன் எனும் கல்லை படைத்து
உன்னிடம் ஒப்படைத்துவிட்டான்
அக்கல்லை செதுக்கும் சிற்பியாய் இவ்வுலகினில்
வலம் வந்தாய்
உன் படைப்பில் எத்தனை எத்தனை விந்தைகள்
மருத்துவனாய் விஞ்ஞானியாய்
சாதனையாளர்களாய்

நான் மேடையில் வாங்கும் பரிசிற்கு கீழே நின்று
கைத்தட்டி
என் பிள்ளையென மனம் மகிழ்ந்தாய்
சாதிபேதம் பாராத சாமியாய் உலகினில்
உலாவரும் உன்னத உருவம்
நீங்கள் முக்திபெற கடும்தவங்கள் ஒன்றும்
தேவையில்லை
ஆசிரியர் என்ற ஒற்றைப்பதவி போதும்
இறைவனும் கைகூப்பி பாடம் கேட்டு நிற்பான்...-.

சே.நிவேதா

39. கலங்கரை விளக்காய்

அன்புக் கொண்டு பாசமும் நேசமும் அள்ளித் தந்த
அனுபவ ஆசான்..!

கைப் பிடித்து ' அ'கரம் போட்டாய்
கைக் கூப்பி வணங்கும் முதல் ஆசான்...!

நாகரிகம் சொல்லித் தந்து நாட்திசையும் சுற்றிக்
காட்டி நான் வளர செய்தவரே...

ஆழ்கடல் ஆழமும் அறிய செய்த அற்புதம்
நிறைந்த உயர்ந்தவரே..

இருள் நீங்க செய்யும் இருபிறை நிலவு நிஜமே,
நீங்காது நிலைத்து நிற்கும் புகழ் உலகம் நீயே...!

முக்காலங்களை முன்னிறுத்தும் அறிவு ஜீவனாய்,
முக்கனியாய் சுவைக்கக் கொடுத்த ஜீனியே..!

ஒழுக்கதைச் சொல்லித் தந்து ஓதும் நூல்களின் வழி
நிற்க செய்த, ஓயாமல் உழைத்த உத்தமரே...!

மொழிச் சுவையை நான் சுவைக்க, மொத்த பசி
முதல் தீர

மொந்த வெண்ணெய் பால் வடியும் தாய்த்தமிழை
தனக்குச் சொன்ன சகலமும் நீதானே...!

யாதும் ஊரே யாவரும் கேளிர்
யாவும் இருக்கு பகிர்ந்துக் கொள்...

யாழ் சிணுங்க மெல்லிசைப் போல் யாவருக்கும்
அறிவை அள்ளி தந்தாய்...!

யான் பெற்ற இன்பம் யானும் பெற புத்தக கடலில்
மூழ்க செய்தவரே...!

அறம் நிறைந்து பயணம் செய்ய அன்பு வழிக்
காட்டியவரே..!

ஆயிரம் துன்பங்கள் வந்தாலும் ஆணைபோல
துணிந்து நிற்கும் வீரத்தை தந்தவரே....!

இயலாமை ஒன்றும் இல்லை இயன்றதை முயற்சி
செய் இயங்கியல் இதுவே என்று
மொழிந்தவரே...!

ஈன்றவர் நான் இருக்க ,நம்பிக்கை நீ எனக்கு ..
ஈவோன் போல் வாழவேண்டும் என்று கூறி
நீரே...!

உயர்நிலை எட்டிட தந்திரம் அதுவே , உழைப்பு
மட்டும் பேசும் மந்திரம் இதுவே...!

ஊர் சுற்றிப் பார், ஊசலாடி மகிழ் ஊரே வியக்க
விளையாடு என்று ஊக்கமளித்தவரே...!

எண்ணங்களில் தூய்மை வை எல்லைகள் கடந்து
பார் என்றவரே...!

ஏக்கங்கள் கூடாது ஏணியை உருவாக்கு ஏற்றங்கள்
நீ அடைவாய் என்றுறைத்தவரே....!

ஐம்புலன்களை அடக்கி நிலங்களை ஆளு,
ஐயம் இருக்கலாகாது, ஆராய்ந்து உலகைத் தேடு..!

ஒன்று சேர்ந்து ஓடு ஒற்றுமையாய் ஆடு ஒவ்வாது
மொழிப் பாடு....!

ஓராயிரம் முயற்சிகள் வேண்டும் ஓயாமல்
உழைக்க வேண்டும்...!

ஔவை மொழிச் பேசி ஔடதமாய் இருந்தாய்...!

வழி மாறாது நான் நடக்க விழிமூடாமல் நீ
உழைத்தாய்...

பரந்த கடலில் பயணிக்க பரிசல் நீதானே...

திசைக்காட்டும் திசைமானி...
துணைநிற்கும் துருவ நட்சத்திரம்...

எப்போதும் கலங்கரை விளக்காய் நீ எனக்கு....
உன் சுவாசமே என் வாழ்க்கை..!
என் தந்தை எனது ஆசிரியர்...!!!

ராஜசேகர். ஏ
பொற்பணங்கரனை
கிராமம், செங்கல்பட்டு மாவட்டம்...
இரண்டாம் ஆண்டு
இளங்கலை கணிதவியல்

40. ஆசிரியரின் அன்பு உள்ளம்....

அன்னையின் மறுஉருவமே....
உம் தியாகங்கள் கண்டு திகழ்ந்தேன்......
திண்ணையில் இருப்பவரை கூட
திறமைசாலியாக மாற்றுவதை கண்டு
வியந்தேன்....
பத்து மாதங்கள் சுமந்து பெற்றெடுத்தவள் மட்டும்
தாய் அல்ல
பன்னிரெண்டு வருடங்கள் பயின்ற ஒவ்வொரு
குழந்தையும் ஆசிரியைக்கு இன்னொரு
குழந்தையட!
என உம் அன்பால்
அறிய வைத்து விட்டாயே.......
ஆசிரியரால் மட்டுமே விலைமதிக்க முடியாத
பெயர்களையும், பட்டங்களையும்...... அள்ளித் தர
இயலும்.... எந்த ஒரு எதிர்பார்ப்பும் இன்றி...
உம் அன்பால் தோற்றேன்.......
உம் அன்பாலும்
அரவனைப்பாலும்.... முழு மனிதனாய்
நிற்கிறனடா.....
ஆசிரயர் இன்றி வளர்க்கப்பட்டவன் சிற்பம்
வடிவமைக்கப்படாத வெறும் மண்ணடா......

மாரிச்செல்வி. மூ,
இளங்கலை கணிதவியல்,
இரண்டாம் ஆண்டு,
சாராள் தக்கர் கல்லூரி,

திருநெல்வேலி.
41. ஆசிரிய அற்புதங்களே..

தரிசு நிலமான என்னை,
முடியுமென்ற ஆர்வ விதையிட்டு,
ஊக்கமெனும் உரத்தை ஊன்றுகோலாக்கி,
உற்சாக நீர்தனை உயிருக்குள் பாய்ச்சி,
நெடுங்காலம் போராடி பேணிக்காத்து,
மலைக்குமளவு ஈன்ற மகசூல்தனை,
உம் இடைவிடா உழைப்பினால்
சாத்தியமாக்கினாய்...

எமை யேசாமல் புறம்பேசாமல், தோள்தட்டி உற்ற
தோழனானாய்...
புரியாத புதிரான தருணத்தில்,
பூவினும் மென்மையாய் ஆதரித்தாய்...
சீரற்று சித்தரித்த எம்வாழ்வுதனை,
சீர்திருத்த அவதரித்த அவதாரமானாய்...
இருளென்னை சிறை பிடிக்கையில்,
ஒளிச்சுடராய் மலர்ந்து விளக்கேற்றினாய்...

கேள்விக் கணைகளை வீசியபோதெல்லாம்,
உவகையோடு விடையளித்து...
குழம்பி நின்ற வேலையெல்லாம்,
தெளிவினை நல்கி...
குறைகளைக் களையெடுத்து,
நிறைகளாக பயிரிட்டாய்...

விளையாட்டுப் பிள்ளை எனை,
விழிப்புணர்வோடு வாழ வழிவகுத்தாய்...

செம்மொழிதனை எழுச்சியோடு,
கற்பித்து, வியப்பில் ஆழ்த்தி...!
கம்பீர நேர்த்தியதில் கண்ணியம் கலந்து,
முனைப்போடு முன்மாதிரியாய் முன்னின்று,
திறமைகளை வெளிக்கொணர்ந்து,
நிலவொளியாய், எம்வாழ்வுதனை மெருகேற்றி,
உம் சாதனையெல்லாம் போதனையாக்கி,
அறநெறிகளை அள்ளி வழங்கினாய்...

கல்வியாளரே......
கல்லாய் இருந்த என்னை,
கற்பித்தல் எனும் உளிகொண்டு,
செதுக்க செதுக்க,
நானும் மிளிர்ந்தேன்.!
உன் பேனாமுனை மட்டும் அல்ல,
நீவிர் பொழிந்த வார்த்தைகளும், பிறந்தன,
வாளின்முனையை
தோற்கடிக்க..!
முடங்கிக்கிடந்த எம்மனதினை,
உயிர்ப்பித்து மறுவாழ்வொன்று நல்கி.,
இலக்கியத்தை நயத்தோடு,
இயம்பிய இணையற்ற இலக்கணமானாய்...
புத்தகத்தின் பிரதிபலிப்பு நீ வெற்றியின் ரகசியமும்
நீ...

சாதனையின் சகாப்தமாய் திகழும் நீவிர் வாழ்க...
குருவே உன் சீடனாய் இருப்பதே என்
பெருமிதம்....!
ஆசிரிய அற்புதங்களே, ஆயுளுள்ளவரை,
அடிபணிவேன், உம்பாதச்சுவடுகளில்...

நன்றிகளுடன்...

பெ. கோமதி,
ஆங்கிலத் துறை,
பி.எட் இரண்டாம் ஆண்டு,
ஞானமணி கல்வியியல் கல்லூரி,
இராசிபுரம்,
நாமக்கல்.

42. ஒளிதந்த சூரியனே

ஆசிரியரே உன் ஆசி பெற்றதாலே இன்றும்
அழியா அறிவை பெற்றேனோ

ஆசைஆசையாய் அனைத்தையும் கற்று தந்த
ஆசானே
அறிவோ உன்னிடம் கடலாக இருந்தாலும்
அறிவை அள்ளிஅள்ளித் தந்த ஆசானே

இயலும்என்றேகூறுவீரே
இயலாமையை விரட்டிடு என்ற
எண்ணத்தை உருவாக்கியவரே

தோல்விகள் பல கண்டாலும்
வெற்றியை தொட்டிட பல வழிகள்
கற்றுத்தந்தவரே

நம் எதிர்காலம் சிறப்பாய் அமைந்திட உன்
பொன்னான காலத்தையும் நமக்காய் தந்த ஆசானே

விவசாயி நிலத்திலே நெல்லை விதைத்தே
மக்களின் பசியை நீக்கினானே எம்மில்
நல்லெண்ணங்களை விதைத்தே நற்சமுதாயத்தை
உருவாக்கிய ஆசானே

நம்மில் அறிவுச் சுடரை ஏற்றிய ஆசானை
உயிருள்ளவரை என்றுமே மறவாது
போற்றிடுவோமே... !

-சண்முகசுந்தரம் விஜயலெட்சுமி

43. எங்கள் பார்வையில் நீங்கள்

தாயின் மூலம் அன்பை பெற்றேன்!
தகப்பன் மூலம் பண்பை பெற்றேன்!
மீதமுள்ள அனைத்தையும் உன்னிடமே கற்றேன்!

பெற்றோரை அடுத்து தன்னை மிஞ்சியவனாய்
வரவேண்டும் என்று நினைப்பது நீங்கள் தான்!

என் வளர்ச்சியை பார்த்து பொறாமைப் படாமல்
பூரித்துப் போவதும் நீங்கள் தான்!

பிள்ளைகளைப் பார்த்து பெற்றோர் பெருமை
அடைவது போல் எங்களை பார்த்து பெருமை
கொள்வதும் நீங்கள் தான்!

எங்கள் குறைகளை எல்லாம் நிறைவாக
மாற்றியதும் நீங்கள் தான்!

எங்கள் கிறுக்கல்களை புரிந்து கொண்டதும் நீங்கள்
தான்!

எங்கள் கிறுக்குத் தனத்தை பொறுத்துக்
கொண்டதும் நீங்கள் தான்!

எங்கள் புதிரான கேள்விக்கு பதராமல் பதில்
கொடுத்ததும் நீங்கள் தான்!

எங்கள் சறுக்கல்களை சாதனையாக்கியதும் நீங்கள்
தான்!

எங்கள் ஐயங்களை எல்லாம் ஆற்றளாக
மாற்றியதும் நீங்கள் தான்!

உங்களுடைய உளியின் வலியை பொறுத்ததால்
நானும் சிறந்த சிலையானேன் இன்று!

அன்று உங்களின் பிரம்படி தான்!
இன்று என் வாழ்க்கையில் வளர்ச்சி படி!

உங்களின் அதட்டல் வார்த்தைகளும் எங்களின்
அழகான வாழ்க்கைக்கு தான் என்பது
இப்போதுதான் புரிந்தது!

உங்களின் வார்த்தைகள் நல்ல வழிகாட்டுதலை
தந்தன!
உங்களின் சிரிப்புகள் நல்ல சிந்தனையை தந்தன!

உங்களின் மௌனங்கள் பொறுமையை தந்தன!
உங்களின் ஆவேசம் நல்ல அறிவுரைகளை தந்தன!
உங்களின் திருகல்கள் எங்களுக்கு பல
திருப்பங்களை தந்தன!

உங்களின் கொட்டுக்கள் எங்களுக்குள் பல
கொள்கைகளை உருவாக்கின!
நாங்கள் சாதனை படைத்தவர்கள் என்றால் நீங்கள்
பல சகாப்தங்கள் படைத்தவர்கள்!

என்றும் உங்கள் வழியில் நாங்கள்

ச. ராதிகா
முனைவர் பட்ட ஆய்வாளர்
தமிழ்த்துறை
பச்சையப்பன் கல்லூரி
சென்னை

44. பரிசாய் வந்தவர்

தரிசாய் போயிருப்பேன் நீங்கள்
பரிசாய் வராமல் போயிருந்தால்...

இந்தக் கவியை என்னால்
எழுத முடியுமா
நீங்கள் கற்றுத் தராமல் போயிருந்தால்...

நீங்கள் விரல் பிடித்து எழுதிய எழுத்துக்கள்
இன்னும் நிற்கவில்லை.
ஏனோ தெரியவில்லை..
உங்களை மனம் மறக்கவில்லை...

என் வாழ்க்கைக்கு உரமிட்டீர்கள்
என் கையில் கல்வி வரமிட்டீர்கள்..

நாங்கள் பரிட்சை எழுத
நீங்கள் அல்லவா படித்தீர்கள்..
நாங்கள் வெற்றி பெற
நீங்கள் அல்லவா உழைத்தீர்கள்...

ஆ! சிறியாரல்ல..
தாங்கள் என் ஆசிரியரே....

- அபினேஷ் வ

96

45. மனித வாழ்வின் தீபஒளி!

பயிரைக் காக்கும் வேலி போல மாணவர்களை
காக்கும் பள்ளிக்கூடம்!

நிலத்தில் பயிரை விதைப்பது போல் மாணவர்கள்
மனதில் நற்சிந்தனைகளை விதைத்தாய்!

பயிருக்கு உரமிட்டு வளர்ப்பது போல் எங்களை
தூய எண்ணங்களை போதித்து வளர்த்தாய்!
ஒரு குழந்தையை ஈன்றெடுப்பது தாய் என்றால்
அதை நல்ல குடிமகனாக மாற்றும் இயந்திரமே
ஆசிரியர்!

ஒரு விதை நெற்பயிராக மாற காரணம்
விவசாயி! அதுபோல ஒரு சிறார் நல்ல குடிமகனாக
மாற காரணம் ஆசிரியர்!
செய்யும் தவறை அன்பால் சரி செய்யும் தேவதை
மனம் படைத்தவர்களே!

நோய் தீர்க்கும் மருந்து போல எம் மனதில் உள்ள
அறியாமையை தீர்த்த மருத்துவ தெய்வமே!

இருள் சூழ்ந்த எம் வாழ்வில் ஒளியை ஒளிர
வைத்த விளக்கொளியே!
ஒரு மனிதர் நல்லவராக இருந்தால் அதற்கு முதல்
மூலக்காரணமே ஆசிரியக் கடவுள்!

இரவின் ஒரே நிறத்தில் எண்ணற்ற விண்மீன்களை ஒளிர வைத்து அலங்கரிப்பது போல தன் ஒரே மனதில் எண்ணற்ற மாணவர்களின் வாழ்வை ஒளிர்வித்தாய்!

ர.லோஹிதா,
மதுரை.

46. வாழ்வில் ஒளியேற்றிய ஆசான்

வாழ்வின் அறியாமை என்னும் இருளை அகற்றி
அறிவை ஊட்டும் ஆசானே

வழிதவறி செல்லும் எங்களை நல்வழி படுத்தும்
ஆசானே*

ஒழுக்கத்தை உயிரினும் மேல்

என்று உங்களிடம் கற்றேன்

ஒரு தச்சன் கரடுமுரடான சிலையை

உளி கொண்டு அழகாக வடிப்பது போல்

கரடுமுரடாக அறிவற்ற எங்களை

கல்வி என்னும் நல் உளி செதுக்கியவரே

தெளிவற்ற நீரைப் போல் உள்ள எங்களை

தெளிந்த நீராக்கும் ஆசானே

மாட்டிற்கு ஒரு அடி மனிதனுக்கு ஒரு சொல்

என்ற பழமொழிக்கேற்ப எங்களை நல்வழி படுத்தினார்

தெய்வத்தால் அனுப்பப்பட இறைதூதர் நீங்கள்

அடக்கத்தை கற்றுத்தந்த கருணை தெய்வம் நீயே

என்றும் உங்கள் வழியில் உங்கள் மாணவன்

இப்படிக்கு
பூ.அரிஷ்
கள்ளக்குறிச்சி மாவட்டம்
அரியலூர் கிராமம்
இந்துஸ்தான் பொறியியல் கல்லூரி
கோவை

47. முகவரியற்ற கருவறை...

பால் கொடுக்கும் தாய்க்கு மத்தியில்
படிப்பையே பாலாய் கொடுக்கும் தாய்
இவர்கள்....
கருவறையில் துவங்கிய சொந்தம் தாய்
என்றால்,
வகுப்பறைக்கும் சிறப்பு அதிகம் தான்
அன்பால்...
பார் ஆளும் பாரதிகள் இங்கே -தரணி
காக்கும் தமிழர்களும் இவர்களால்
வடிக்கப்பட்டு...
முற்கள் நிறைந்த பாதை இவர்களால்
முற்றிலும் சரியாகிய அதிசயம் கண்டேன்....
நானே வார்த்தைகளை தேடுகிறேன்...
அவர்களின் தியாகங்களை வர்ணிக்க,,,
கவிஞன் என்று என்னை பலரும் கூற,
எனக்கே வார்த்தைக்கு பஞ்சம் தான்...
முகவரி கூட தெரியாத ஒருவரின்
கருவறையில் ..நாம்
நம்ப முடிகிறதா? ஆச்சர்யத்தின் உச்சம்
தான்...
தாய் பாலை தாண்டி இவர்களின்
அரவணைப்பு இனித்து விட்டது...
கல்லறை சென்றாலும் அங்கும் ஓர்
செடியாகி மலர் கொடுப்பேன்

என் ஆசிரியரின் விளக்கவுரையற்ற
தியாகத்திற்கு..

**நர்மதா. சு (கள்ளியின் கிறுக்கல்)
இளங்கலை மூன்றாம்
ஆண்டு(ஆங்கிலத்துறை),
கோபி கலை மற்றும் அறிவியல் கல்லூரி,
கோபிச்செட்டிபாளையம்,**

48. எழுத்தறிவித்தவன்

கருவறை வேறான போதும்
வகுப்பறையில் ஒன்றிணைந்தோம்....
அகரம் கற்றுத் தந்த ஆசானே...
எனது வாழ்வின் முதல் அத்தியாயம்...

உங்களுடனான எனது பயணம் ஆத்திச்சூடியில்
தொடங்கி தொல்காப்பியம் வரைத் தொடர்கிறது...

அறியாமை எனும் இருட்டறையில்
அகப்பட்டு நான்...
சாளரக் கீற்றின் வழி நுழையும்
ஒளிக்கற்றைகளாய் நீங்கள்....
சுனை நீராய் நீங்கள்...
அதில் தாகம் தீர்த்துக் கொள்ளும்
குட்டி மானாய் நான்...

உயரப் பறக்கும் பட்டமாய் நான்...
என்னை ஏற்றிவிடும் நூற்கண்டாய் நீங்கள்....

வெற்றுக் காகிதமாய் நான்...
அதில் வரையப்பட்ட ஓவியமாய் நீங்கள்...

சின்னஞ்சிறு தும்பியாய் நான்...
அறிவுத்தேனை அள்ளித் தெறிக்கும்
வண்ண வண்ண மலர்களாய் நீங்கள்...

கிழிந்து போன புத்தகமாய் நான்...
என்னுள் அழியாத வாக்கியமாய் நீங்கள்...

வறண்ட நிலமாய் நான்...
என்னில் கார்மேகமாய் சாரல் தூவியது நீங்கள்...

பங்குனி வெப்பமாய் நான்...
மார்கழிப் பனிக்காற்றாய் என்னை குளிர்வித்தது
நீங்கள்...

அன்பினால்...
பண்பினால்...
அரவணைப்பினால்...
அதிகாரத்தினால்...
கண்டிப்பினால்...
தாய்மையினால்...
பிரம்படியினால்...
நட்பினால்...
என்னுள் மண்டிக்கிடந்த கசடுகளைக் களைந்தது
நீங்கள்...

ஏட்டுக் கல்வியை மட்டுமின்றி
நாட்டுக் கல்வியையும் போதித்து நீங்கள்...

கரும்பலகையினால் எங்கள்
வாழ்வினை வெண்மையாக்கியது நீங்கள்....

பெற்றப் பிள்ளைகளை விட
உங்களிடம் கற்றப் பிள்ளைகளுக்காகத்
தன்னலமின்றி உழைத்தவர்கள் நீங்கள்...
இத்துணை தியாகங்களையும்
எங்களுக்காய் அர்ப்பணித்த நீங்கள்
எங்களிடம் கைம்மாறும் கருதுகிறீர்களே...
வேறென்னவாக இருந்துவிடப் போகிறது?!
தங்களின் மாணாக்கர்
அகிலம் போற்றும் அறிஞனாய்த் திகழ வேண்டும்
என்பதைத் தவிர....

எங்கள் வளர்ச்சியே
உங்கள் வாழ்வின் அர்த்தம் என்று
எண்ணுபவர்கள் நீங்கள்...

பொறாமை அகற்றி...
இல்லாமை நீக்கி...
கல்லாமை களைந்து...
பொல்லாமை பொசுக்கி...
வளமையை மட்டும் எங்களுக்கு வசப்படுத்தியது
நீங்கள்...
எங்களின் நன்றிக்கடன்
உங்களின் மாணாக்கர் எனும்
பெருமிதத்தை தங்களுக்குத் தருவது மட்டுமே....

---முனைவர் மு.துர்கா தேவி

49. ஞான தீபங்கள்

என் விரல் பிடித்து "அ" அம்மா என எழுதக்
கற்றுக்கொடுத்த
என் முதல் வகுப்பு
ஆசிரியர்!!!

பத்துமாதம் என்னை சுமந்த என் தாய்க்கு
இணையானவர்!!

கற்பதுதான் கடினம் என நினைத்த போதெல்லாம்
சிரித்த
முகம் மாறாது
கல்வியோடு சேர்த்து வாழ்க்கைப்பாடத்தையும்
கற்பித்த ஆசிரியராலே அந்த நினைவு காணாமல்
போனது !!

நாம் எந்த உயரத்திற்கு சென்றாலும் நம்மைப்
பார்த்து பொறாமைக்கொள்ளாத ஒரே உன்னத
ஜீவன் ஆசிரியரே!!!

அவன் என் பிள்ளை என சொல்லும்போது
பெற்றோருக்கு வரும் மகிழ்ச்சிக்கு இணையான
உணர்வு !!!

அவன் என் மாணவன் எனகூறும்போது
ஆசிரியருக்கும் வரும்...

தான் பெற்றப்பிள்ளை போலவே தம்
மாணவர்களையும் வழிநடத்தும் ஆசிரியருக்கு
இணை யார்தான் உண்டோ???
இல்லை .....
உலகம் எனும் புத்தகத்தில் சொந்தஅறிவு
கொண்டு தெளிவாக நாம் நடக்க எழுத்தை நமக்கு
கற்றுக்கொடுத்து அனுபவம் தான் வாழ்க்கை
என்று அடிமனதில் பதித்து !!!

சிரித்த முகத்துடன் நம்மை நன்கு வளர்த்து விட்டு
அடுத்த தலைமுறை வளர ஆயுள் முழுவதும்
உழைத்து கொண்டிருக்கும் ஆசானே!!!

உன்னை வணங்குவதால்
பெருமைக்கொள்கிறேன் ....

நம் வாழ்க்கையில் அறிவு எனும் ஒளியை ஏற்ற
தம்மை தாமே எரித்துக்கொண்டு ஒளி
தருபவர்களே ஆசிரியர்கள்!!!!

நம் வாழ்க்கையில் நாம் எட்டாத உன்னத
இலட்சியங்களை அடைவதற்கு ஏணியாக இருந்து
நம்மை உயர்த்திய தெய்வங்கள்!!!
அறிவியல் கற்றுத் தர வந்த நீங்கள்!!!

வாழ்வியலையும் சேர்த்தே கற்றுக்கொடுத்து
உள்ளீர்கள்!!
விளையாட்டை கற்றுக்கொடுத்த நீங்களே !!
எங்கள் வாழ்க்கையின் விடியலாக ஆனீர்கள்!!
உலகில் புனிதமான இடம் எனில் அது தாயின்
கருவறையே ....
மற்றொன்று நாம் கல்விக் கற்ற வகுப்பறையே !!!

எப்படி தாயின் கருவறைக்கு மீண்டும் செல்ல
முடியாதோ
அதேபோல நாம் படித்த பள்ளி வகுப்பறைக்கு
மீண்டும் செல்ல முடியவில்லையே என
நாள்தோறும் ஏங்குகிறோம் !!!!

மாதா, பிதா ,குரு, தெய்வம் என தெய்வத்திற்கே
முன் கூறுவது குருவையே ....!!!!

- வ.பவித்ரா,
பெருங்குடி,

50. தோட்டக்காரர்

கரம் பிடித்து, அகரம் கற்று தந்தவர்//
புதுமுகங்களை சகாக்களாக்கியவர்//
என்னறிவை வளர்க்க, தன்னறிவை தந்தவர்//
பாரபட்ச மின்றி அன்பை வழங்கியவர்//
என் இலக்கை அடைய, ஒளிவிளக்காயானவர்//
நன்று, தீது விளக்கியவர்//
என் புதிருக்கு பதிலானவர்//
என்னையும் படை(டி)ப்பாளியாக்கியவர்//
இன்ப,துன்பங்களில் துணைநிற்கும்
நண்பரானவர்//
புரியவில்லையென்றால் பொறுமையாக
எடுத்துரைப்பவர்//
கோபத்தில் அக்கறை கலந்தவர்//
பொய்யாக கோபித்துக் கொள்பவர்//
என் இலக்குக்கு அடிக்கல் நாட்டியவர்//
சரியான பாதையை தேர்ந்தெடுக்கச் செய்தவர்//
கல்லும், முள்ளும் கடக்க கற்றுத் தந்தவர்//
தேவையானவற்றை ஈந்து, நாளைய மரங்களை
உருவாக்குபவர்//
என்னைவிட என்னை முழுவதும் நம்பியவர்//
என்னை எனக்கே அறிய வைத்தவர்!
இவ்வனைத்திற்கும் காரணியானவர்,
யாரவர்? பதில் சொன்னால் தான் தெரியனுமா?

- புதுகை வி.செளமியா

51. ஆசிரியர் தினம்

அன்னை கதிரவன் தந்து
போன ஒளியில் தான் இரவு புன்னகைக்கிறது !!
நீங்கள் தந்த அமுத கல்வியினால் தான்
எங்கள் வாழ்க்கை சிறக்கிரது !!
யார் என்று தெரியாமல்
அறிவை புகட்டினீர்கள் !!
பாரபட்சம் இன்றி எம்மிடம்
அன்பை காட்டினீர்கள் !!
கருங்கல்லாய் கரையில் இருந்த
எம்மை தினம் தினம் செதுக்கினர்கள் !!
கல்வி என்னும் பாடம் புகட்டி !!
கறைபடியாத கைகளை இன்று
உருவாக்கிடும் பணியிலே
கறைபடிந்த கைகள் பல
கரும்பலகையின் முன்னர்
எங்கள் ஆசிரியர்களாய் !!
தமிழில் கண்ட இலக்கணம்
ஆங்கிலத்தில் கலந்து இலக்கியமானது !!
உம்மில் கண்ட புதுமொழி
எம்மில் உயிர் பெற்று ஒளிவீசியது !!
குயவனிடம் களிமண்
முழுமையான பானையாகிறது !!
உங்களிடம் நாங்கள்
தூய மனிதர்களாகிறோம் !!
மாதா பிதா குரு தெய்வம்

அர்த்தம் விளங்கவில்லை !!
இப்போது புரிந்தது
மாதா பிதா குரு மூவரும்
எம்மை காக்க வந்த தெய்வமென்று !!
தங்களின் புடவையின் விசிறி வரிகள்
எங்களின் உறக்கத்தை கலைத்த காற்றாடிகள் !!
வினாவிற்கு விடையளிக்க இயலாது
உம் கோபப் புன்னகையில் மெய் மறந்து
நின்றோம் பொம்மைகளாய் !!
இணைய வழிக்கல்வி இடியாய் வந்து
எம் கனவை எல்லாம் கலைத்து
காடாய் மாற்றியது !!
முகம் காணாது வாடி நிற்கும் நாங்கள் !!
உம் குரல் கேட்டு மெய் சிலிர்த்து
நின்றோம் குறிப்புகள் எடுக்காமல் !!
வகுப்புகள் முடிந்தது என்று
தங்களை பிரியும் போதெல்லாம்
கண்களில் ஏனோ ரணகளம்
தூக்கமின்றி விழித்திருந்தோம்
மறுநாள் காலை 9.30 மணிக்காக !!
ஏதாவது செய்யலாமென்று
ஏதேதோ செய்து பார்க்கிறேன் !!
உம் நினைவுகள் கப்பலென மிதந்து
நங்கூரம் போல நச்சென்று பதிந்தது !!
எத்தனை எத்தனை நினைவுகள்
மலர்ந்து கொண்டே இருக்கிறது !!
கடந்து வந்த ஏணிப்படிகளை

கொஞ்சம் எண்ணிப் பார்க்கிறோம் !!
கற்பித்து எங்களை உயர வைத்து
உயர்ந்து பார்க்கும் உள்ளம்
ஆசிரியர்களான உங்களுக்கே
உரிய சிறந்த குணம் !!
உம்மை பற்றி கூற
வரிகள் இன்றி நிற்கிறேன்
வெற்று காகிதமாக !!
சலிக்காமல் கற்பித்தீர்கள் !!
வஞ்சகமின்றி மதிப்பெண்கள் அளித்தீர்கள் !!
அன்புடன் அரவணைத்து,
மெய் சிலிர்க்கப் புன்னகைப் பூத்த,
நீங்கள் தான் எங்கள் ஆசிரியர்கள் !!
ஆசிரியப்பணியே அறப்பணி !!
அதற்கே உன்னை அர்ப்பணி !!
என்று கல்வி கற்பிப்பதற்கென்றே
தங்கள் வாழ்வை அர்ப்பணித்த
எங்கள் ஆசிரியர்கள் அனைவருக்கும்
இனிய ஆசிரியர் தின வாழ்த்துக்கள் !!

-திவ்ய தர்ஷினி

52. மேடை தரும் மேதை

அகவை ஐந்தாக
அன்னைமடி விலகிப்போக
மரப்பலகை மடியாக
மனதை பயம்தாக்க
விதையை வளர்விக்க
மடந்தையவர் ஆசிரியராக!

எழுத்துக்கள் கைப் பழக்கமாகிட
வார்த்தைகள் வாய் சரளமாகிட
பாட்டுக்கள், ஏடுகள் நிரப்பிட
மெட்டுக்கள் வகுப்பறையில் வலம்வர
சிட்டுக்கள், சிறகுகள் முளைத்தாட
கட்டுகள் களைந்தே பறந்தாட

கற்றிட பல இருந்திட
வென்றிட சில உதவிட
உண்மையாய் இவை குழப்பிட
உந்தனை நான் அணுகிட
சிந்தனை நீவிர் திருத்திட
சிக்கலை எல்லாம் போக்கிட
பாதையது சீராய் புலப்பட
பாதம் தொட்டு புறப்பட

சிந்தையை செப்பன்னிட
சிந்தனை பெரிதாக்கிட

கற்பனை வளமேற்றிட
எந்தனை அரிதாக்கிட
சிறப்பை ஊர்பேசிட
சிகரத்தில் களியாட
செதுக்கினீர் திறம்பட
உந்தனை போற்றிட
உவகையில் திளைத்தேனே
நன்றி நல்லாசிரியரே
நீவிரன்றேல் யாம் சிறியரே!

-ஸ்ரீ.ஸ்ரீ. வித்யா,. சென்னை

53. அன்பின் வெளிப்பாடு

"ஒரு மாதிரி என்றால் ஒரு மாதிரிதான்
ஆனால்
ஒரே மாதிரி அல்ல"
என்னும்
அறிவொளி பேச்சையே உம் அறிமுகமாய்
கொண்டேன்..

கல்லூரி காணலில் கதவடைத்த என்
கண்ணிற்கு சாவியானீர்
குறுகிய மனதினில் கடல் அடி
நங்கூரம் நிறுத்திவிட்டீர்..

எதிலும் ஓர் நேர்த்தி, பொறுமை, அழகுணர்ச்சி
என்னை ஆட்கொள்ள
ஆராதித்தது...

சிறுபிள்ளையாய் சில நேரம் முறுக்கும் கோபம்!!
வார்த்தை ஜாலத்தில்
அதை மாற்றுவது உம்சுபாவம்!!

சான்றிதழ் இன்றி பெயர் மாற்றம்
சாளரத்தில் அழைத்தால் வரும்
உங்கள் தோற்றம்..

கட்டாயம் நினைவில் நிற்க்கும்

115

உபதேசம்
மீண்டும் பிறக்கின்றது கீதைஉபதேசம்..

வஞ்சப்புகழ்ச்சி அணி தெரிந்தவர்
நெஞ்சில் வஞ்சனை இல்லாதவர்..
கடைமைகளில் வல்லவர்
கர்ணனுக்கு தம்பி இவர்..

ஆவணப்படுத்துவதில் ஆர்வலர்
ஆணவம் இல்லாத ஆள் இவர்..

நாணயத்தில் இவர் எப்பொழுதும்
சிங்கம் தான்...

செஞ்சிலுவைச்சங்கமும்,
குருதிக்கொடையும் இவர் படைக்கு
இணை இவர் பணி...

வாழ்வின் பயணம் முழுதும் உங்கள் மாணவனாய்
பின்தொடரும் ஆசி வழங்குங்கள்..

வார்த்தைகள் கடலாய் இருக்க
தீரா நீர்வீழ்ச்சியாய் கொட்டும் சொற்களை
வரிசையிட முடியாமல் நிறுத்துகின்றேன்...

--மா.வசந்த்குமார்
பொள்ளாச்சி

54. ஆசான் என்னும் ஒளிவிளக்கு..!

மழலை மாறா மாணவர் எனினும்
பழகும் விதத்தில் பாசம் வைத்து
அன்னைத்தமிழ் மொழியை அழகாய்ப் போதித்து
அன்னைபோல் காக்கும் அதிசயப் படைப்பே....!

உலகின் ஒளியில் உயர்ந்து நிற்க
வலதுகைப் பிடித்து வனைந்திடும் ஆசான்
நம்பிக்கை விதைத்து நன்னெறி கற்பித்து
சிற்பியின் சிலையாய் செதுக்கி மகிழ்வார்...!

கற்பனைத் திறனும் கூடவே புகுத்தி
சொற்களில் கனிவும் செம்மையாய் வைத்து
அன்பும் பணிவும் அறிவும் கொடுத்து
என்றும் அணைக்கும் ஆசிரியர் வாழ்க...!

எண்ணும் எழுத்தும் கண்ணெனச் சொல்லி
அறிவியல் அதிசயம் அனைத்தும் சொல்லி
செயல்கள் யாவிலும் உண்மைகள் விளம்ப
இயல்பாய் போதிக்கும் இன்முக ஆசானே...!

இன்றைய மாணவர் நாளைய தூண்கள்
என்பதை உணர்ந்தே எதிர்காலம் வடிப்பார்...!
கனவுகள் இலக்குகள் கண்முன்னே கொண்டு
முன்னேறிச் செல்லவே முயன்றிடுவார் நாளுமே...!

நல்வழிக் காட்டி நல்லது செய்து
அல்லவை அனைத்தும் அகற்றிட வைத்து..!
கடமைகள் ஒன்றே பெரிதென நினைத்து
மடமைகள் போக்கும் மாசற்ற பிறவி...!

அறியாமை இருளகற்றி அச்சத்தைப் போக்கி
நெறிப்படுத்தி நடத்தியே மேன்மைகள்
அடைவார்..!
சொல்லெனும் உளியால் உள்ளம் செதுக்கி
விதியெனும் எழுத்தை மதியால் வென்றிட
வாழ்வில் ஒளியேற்றும் ஒளிவிளக்கு ஆசானே...!

-தாழை. இரா. உதயநேசன்

55. தமிழ்க்கனலை ஏற்றிய மெழுகுவர்த்தியே

எவ்வளவு சுவைத்தாலும் தெவிட்டாத
தேவாமிர்தத்தை ஊட்டிய
உறவு;
அன்பும் அளவற்ற நம்பிக்கையும்
வைத்த இனிய உறவு;
உயிர்த்தமிழை அள்ளித்தந்த உறவு;
ஆசிரியை என்னும் தோற்றம்.
ஆனால் அன்னையின் அன்பு,
தோழியின் நட்பு, தமிழ்த்தாயின்
அருள், அனைத்தையும் ஒர்வடிவில்
கொண்ட உறவு; ஆசிரியை
மாணவன் என்ற உறவு
அன்று. தாய் தனயனென்ற
உறவு. இந்த தமிழ்ப்பித்தனைச்
செதுக்கிய சிற்பி. இத்தகைய
அன்பான தாயிற்குப் பணி
செய்ய விழையும் உள்ளம்.
வாய்ப்பு கிட்டுமா? உங்கள்
மகனாகப் பிறக்க. ஈராண்டுகள்
தமிழ்க்கருவறையில் சுமந்துவிட்டீர்கள். அடுத்த
பிறவியென்ற ஒன்று இருக்கும்
எனில் இடம் அளப்பீர்களா?
உங்கள் கருவறையில் ...

புவனேஷ் புகழேந்தி

56. ஆசிரியரை போற்றுவோம்

மாதா, பிதா, குரு, தெய்வம்!
அன்பை ஊட்டி வளர்ப்பவள் தாய்!
அறிவையும் ஊக்கத்தையும் வளர்ப்பவர் தந்தை!
உலக அறிவை கற்றுத் தருபவர் ஆசிரியர்!

பள்ளிக் கூடமே பரந்த உலகம்!
பாரினில் எதுவும் நிரந்தரம் இல்லை! பாரத
தேசத்தில் வாழும் மக்கள்
அனைவரும் நம் சொந்தங்கள்!
பாரத நாடே ஒரு பாட சாலை!

படிப்பதனாலே உள்ளம் துடிப்பாள்!
பாரோர் ஏத்தும் நம் பாரத மாதா!
பள்ளிக் கூடங்கள் யாவும்
அறிவாலயங்களாகுமே!
கல்விக் கடவுள் ஆசிரியர் தானே!
ஆசிரியரை என்றும் வணங்குவோமே!
ஆலயம் எங்கள் அறிவாலயமே!
நமக்கு வாழும் இறைவன் ஆசிரியரே!
ஆசிரியரை என்றும் போற்றுவோமே!

மா.நஜ்மூன்,
வாணியம்பாடி

57. சிற்பி என் ஆசான்

அச்சம் தவிர்த்து உச்சம் தொடு என
உரக்க உரைப்பவர் என் ஆசான்
உரைப்பதோடு மட்டுமின்றி
உற்சாகமூட்டி உழைக்கவும்
உறுதுணையாய் இருப்பவர் என் ஆசான்
அன்பால் உலகை ஆளலாம் என
அன்பாய் அறிவுரைப்பவர் என் ஆசான்
ஆர்வமாய் அனைத்திலும் பங்கேற்க
பரிந்துரைப்பவர் என் ஆசான்
வெற்றியோ தோல்வியோ
கிடைப்பது எதுவாயினும் சமமாய்
பார்க்கச் சொல்லி சமாதானப்படுத்துபவர் என்
ஆசான்
சிக்கல்கள் பல வரும்
சிறிதும் அயர்ந்து விடாதே என்பார் என் ஆசான்
மதிப்பெண் எடுக்கச் சொல்லி உத்தரவிடுவார்
மதிப்பெண் குறைந்து விட்டால், மனமுடையாதே
எனப் பக்குவப்படுத்துவார் என் ஆசான்
இவ்வாறு ஒவ்வொரு சூழலிலும்
என்னை சிறப்பாக செதுக்கி எடுத்த சிற்பியாகிய
என் ஆசானே
ஆயுள் உள்ள வரை உம்மை போற்றி மகிழ்வேன்

--கவிச்செம்மல்.ஆ.நித்ய கல்யாணி, மதுரை

58. குருவே சரணம்

வாழ்வில் தூக்கி விடுபவன் ஆசிரியன் அல்ல,
தனி திறமைகளை தூண்டிவிடுபவனே
ஆசிரியன்.
மலர்ந்த மலரை போன்றவன் நீ...

மாணவனின் வாழ்வை நினைத்து முதுகில்
அடித்து,
அடித்ததற்கு அணைத்து,
என் பகைவனுடன் பிணைத்து,
நல் வார்த்தைகளை உரைத்து,
இயற்கை போல மறுசுழற்சியை
தொடங்கினாய்.
தலையில் குட்டி
முதுகில் தட்டி
நல் எண்ணங்களை என்னுள் கொட்டி
என் வெற்றியில் நீ கை தட்டி
என்னை செதுக்கிய உனக்கு கை காட்டி
மட்டுமே சென்றோம்.

"மலர்ந்த ஆசிரியர் மலரின் வாசம் நுகராமல்,
அவனை விட்டு நகர நகர
காய்ந்த பூவின்
வாசம் நுகர்ந்தோம்"

-அ.தினேஷ்

59. ஏணிகள்

காலையில் உதயமாகும் சூரியனின் விழி நீ
மாணவர்களின் அறியாமை இருளைப் போக்கும்
ஒளி நீ முகம் சுழிக்கா மனம் வெறுக்கா மகான் நீ
தன்னலமற்ற தலைவன் நீ
கல்வி தானத்தின் ஏகலைவன் நீ
எண்ணற்ற மாணவர்களின் ஏணி நீ
தன் எதிர்காலம் காணா
பிறர் எதிர்காலத்தின் தூண் நீ
தடுமாறுபவர்களையும் தடம் பார்த்து இடம்
அளிக்கும் இருக் கை நீ
மாணவர்களின் நம்பிக்கை நீ
ஆசிரியர்களின் தன்னம்பிக்கை நீ
தான் உயரா விட்டாலும் தன்னிடம்
பயிலும் மாணவப்பிள்ளைகள் உயர்ந்த
நிலையடைய வேண்டும் என்ற நல்லெண்ணத்தின்
நாடி நீ
தன் பிள்ளை என்று மார்த்தட்டி கொள்ளும்
பெருமையைவிட
என் மாணவன் என்று ஏறுமுகம் காட்டி மகிழும்..
இன்முகம் நீ
கல்லினைச் சிலையாக்கின்றவன் சிற்பி என்றால்
நீங்களும் சிற்பியே
கலைகளைக் கற்றவன் கலைஞன் என்றால்
நீங்களும் ஓர் கலைஞரே.

ஒவ்வொரு ஆசிரியர்களும் இவ்வுலகில்
பிரம்மாக்களே. ஒவ்வொரு வருடமும்
புதிது புதுதாய் பல மாணவர்களைப் படைத்து
இவ்வுலகிற்கு வழங்குகின்ற கல்விப்பிரம்மாக்கள்
ஆசிரியர்.
என்றாவது ஒருநாள் எங்கேயாவது ஒரு மூலையில்
ஒரு மாணவன் தன் தாய் தந்தையை நினைத்து
பார்க்கும் வேளையில் என்னையும் சிறிது
நினைத்துப் பார்ப்பான் என் ஆசிரியர்
என்று இது போதும் எமக்கு.......

--- முனைவர் க. சுந்தரமூர்த்தி

60. தியாக உள்ளங்கள்

நாங்கள் மரம் என்றால்
நீங்கள் தான் விதைகள்
நாங்கள் சித்திரம் என்றால் நீங்கள் தான் சுவர்கள்
நாங்கள் விண்மீன் என்றால் நீங்கள் தான் வானம்
நாங்கள் கப்பல் என்றால் நீங்கள் தான்
கலங்கரைவிளக்கம்

உங்களால் என் கையெழுத்து மட்டும் அல்ல
வாழ்க்கையும் அழகானது
மாணவர் இன்ப துன்பத்தில் பங்குப்போட்டுக்
கொள்வார் ஆனால் ஒருபோதும் அவர்களது
வெற்றியை பங்குப்போட்டுக்கொள்ள
மாட்டார்கள்

உங்கள் கரம் பிடித்து நடந்த தடங்களே எங்களது
வெற்றிப் பாதைகள்
மாணவர் கனவுகளை நினைவாக்குவதையே
தன் கனவாகக் கொண்டவர்கள்

பக்குவமாய் எங்களை பண்படுத்தி
அறிவு எனும் நீறூற்றி
உழைப்பு எனும் உரம் போட்டு நாங்கள் வளர்ந்து
நிற்பதைக் கண்டு மகிழ்ச்சியடையும் மகான்கள்
தியாக உள்ளம் கொண்ட உருவம் பல
இருக்கலாம்

தியாகமே உருவமாய் கொண்டவர்கள் எனது
அருமை ஆசான்கள்

இவர்களைக் கொண்டாட ஆசிரியர் தினமென்ற
ஓர் நாள் போதுமா?

- ச.ஜீவதர்ஷினி

61. யார் ஆசிரியர்...

நமக்கு உலகை காட்ட நம்மை
செதுக்கியவள் தாய்..
உலகிற்கு நம்மை காட்ட
செதுக்கியவர்கள் ஆசிரியர்கள்.!

அன்புள்ள ஆசிரியரே என்னில்
நம்பிக்கையை தூண்டியதற்கு நன்றி..
என் கற்பனையை பற்ற வைக்கிறது..
என்னுள் ஊடுருவி.. கற்றல் ஒரு காதல்.!

யாரிடம் கற்றுக் கொள்கிறமோ
அவரே ஆசிரியர்.. போதிப்பவர்கள்
எல்லோரும் ஆசிரியர்கள் அல்ல.

கல்விக் கூடம் ஒரு தோட்டம்..
மாணவர்கள் செடிகள்..
ஆசிரியர்கள் தோட்டக்காரர்கள்.!

எதை நீங்கள் அதிகம் கற்றுக்கொள்ள
வேண்டி இருக்கிறதோ..
அதை அதிகம் மற்றவர்களுக்கு
கற்றுக் கொடுங்கள்.

கற்பித்தல் மூலமே சிறப்பாக
கற்றுக்கொள்ள முடியியும்.

இரண்டு விதமான ஆசிரியர்கள்
உள்ளனர்..
ஒருவர் எப்படி பிழைப்பு நடத்துவது
என்று கற்றுக்கொடுக்கிறார்..
சிறந்த ஆசிரியர் எப்படி வாழ்வது என்று
கற்றுக்கொடுக்கிறார்.

எந்த ஆசிரியர் தான் எழுதிய
புத்தகத்தைப் பற்றி மிகவும்
பெருமையாக பேசுகிறாரே..
அவர் தனது மோசமான மகனை
அதிகமாக பாராட்டும் தாய்க்கு சமம்.

ஒளிரும் விளக்கை மற்றவர்களுக்கு
கொடுப்பது போல் ஆசிரியர்கள்
இருக்கிறார்கள்.

குழந்தைகளுக்கு கல்வி புகட்டுவோர்
பெற்றோர்களையும் விட..
பெரும் மதிப்புக்கு உரியவர்கள்.

அறிவை மற்றவர்களுக்கு ஆனந்தமாக
போதிக்க கற்றவனே
சிறந்த ஆசிரியர்.

குருவின் அருளால் சீடன் நூல்கள்

இன்றியே அறிஞன் ஆகின்றான்.

நமக்கு கற்பிப்பவர்கள் எல்லாம்
ஆசிரியர்கள் அல்ல..
யாரிடம் நாம் கற்றுக்கொள்கிறமோ
அவரே நமக்கு ஆசிரியர்.

இன்றைய மாணவர்கள் நாளைய
தூண்கள்..
அந்த தூண்களை வடிவமைப்பது
ஆசிரியர்கள் தான்.

ஒரு மாணவனின் வளர்ச்சி..
மாணவனின் சிந்தனைகள்..
மாணவனின் பழக்கங்கள்..
ஒரு குடும்பத்தின் கனவுகள்..
ஒரு நாட்டின் வலிமை..
ஆசிரியர்களின் கைகளில் தான்
இருக்கிறது.

ஆசிரியர் பிரம்பால் அடித்ததும்..
திட்டியதும் வலித்தாலும்..
அதன் பலன்கள் எதிர்காலத்தில்
புரியும்.

தவறான எண்ணங்களை நீக்கி
நல்வழிப்படுத்தி..

பெற்றோருக்கும் மேலான
கடமைகளை செய்கிறார்கள்
ஆசிரியர்கள்.

ஆசிரியர் என்றாலே நினைவுக்கு
வருவது..
எளிமை, பாடம் நடத்தும் விதம்,
கலகலப்பான பேச்சு, கோபம்.

தங்கள் சிவப்பு மை பேனாக்களால்
எங்கள் தலை எழுத்தை திருத்தும்
பிரம்மாக்கள் ஆசிரியர்கள்.
சொல் உளி கொண்டு
எங்கள் உள் ஒளி செதுக்கிய
சிற்பிகளே ஆசிரியர்கள்.

எங்கள் அறிவு தாகம் தீர்க்கும்
அருவிகளே ஆசிரியர்கள்.

அறிவினை வரையறையின்றி
மாணவர்களுக்கு வாரி இறைக்கும்
கார்மேகங்கள் ஆசிரியர்கள்.

வாழ்க்கை எனும் ஏணியில்
மேல் ஏற தோள் தந்த ஏணிப்படிகள்
ஆசிரியர்கள்.

எங்கள் மூளையில் ஆணியாய்
அடிக்கப்பட்ட அறிவு..
தீபமாய் ஏற்றப்பட்டது
ஆசிரியர்களினால் தான்.

--கவி கவிஞன் இரா சதீஷ் குமார்

62. உலகத்தின் எதிர்காலம்!

எங்களுக்குத் தாய் மொழியான தமிழ் மொழியை
சொல்லித் தந்தவர்கள் ஆசிரியர்கள்!
மாணவர்களையும் தன் பிள்ளைகள் போல அன்பு
காட்டுபவர்கள் ஆசிரியர்கள்!
மாணவர்கள் உயர வேண்டும் என்று
ஆசைப்படுபவர்கள் ஆசிரியர்கள்!
மாணவர்களுக்கு புரியும் படி பாடம் சொல்லித்
தருபவர்கள் ஆசிரியர்கள்!
மாணவர்களின் திறமையை ஊக்குவிப்பவர்கள்
ஆசிரியர்கள்!
மாணவர்களுக்கு எப்பொழுதும் உறுதுணையாக
இருப்பவர்கள் ஆசிரியர்கள்!
மாணவர்களுக்கு நல் அறிவுரைகளை கூறுபவர்கள்
ஆசிரியர்கள்!
மாணவர்களை அன்புடன் இருக்க வேண்டும்
என்று வலியுறுத்துபவர்கள் ஆசிரியர்கள்!
மாணவர்களிடம் மனித நேயத்துடன் வாழ
வேண்டும் என்று கூறுபவர்கள் ஆசிரியர்கள்!
மாணவர்களை மரம் நட வைத்து இயற்கையை
பாதுகாப்பவர்கள் ஆசிரியர்கள்!
மாணவர்களின் கையெழுத்தை அழகாக்குபவர்கள்
ஆசிரியர்கள்!
பிறருக்கு உதவ வேண்டும் என்ற அறிவுரை
கூறுபவர்கள் ஆசிரியர்கள்!

தன் மாணவர்கள் அனைத்து செயல்களிலும்
வெற்றி பெற வேண்டும் என்று எண்ணுபவர்கள்
ஆசிரியர்கள்! மாணவர்கள் உயர்ந்த இடத்தை
அடையும் பொழுது என் மாணவன் என்ற
பெருமை கொள்பவர்கள் ஆசிரியர்கள்!
மாணவர்கள் உயரவேண்டும் வாழ்வில் முன்னேற
வேண்டும் என்று தன் வாழ்நாள் முழுவதும்
உழைப்பவர்கள் நமக்கு கல்வி போதிக்கும்
ஆசிரியர்கள்!
தன் வாழ்நாள் முழுவதும் தனக்குத் தெரிந்ததை
பிறருக்கு சொல்லித் தரவேண்டும் என்று
உழைப்பவர்கள் தான் நம் அனைவரின்
ஆசிரியர்கள்!

-செ. திவ்யா ஸ்ரீ,

63. என் முன்னோடி!

ஏணியாக நிற்பவர்!
தன்மீது மாணவர்களை சுமந்து உயரத்தில் அமர
வைப்பவர்!

இவன் என் மாணவன் என பெருமை கொள்பவர்!
மாணவர்களின் நலனை தன் நலன் என்று
எண்ணுபவர்!

மாணவர்களின் உயர்வுக்காக அல்லும் பகலும்
யோசிப்பவர்!
கடைசி இருக்கை மாணவனையும்
அரவணைப்பவர்!
முதல் இருக்கையில் அமரும்படி அவனுக்கு
நல்வழி காட்டுபவர்!
வழிகாட்டி மட்டுமல்ல நல்ல நண்பராகவும்
விளங்குபவர்!

ஆச்சரியமான திறமைகளை உள்ளடக்கியவர்!

ஆர்வத்தால் அனைத்தும் கற்கும் திறமை
உடையவர்!
ஆர்வத்துடன் மாணவர் கேட்கும்படி பாடம்
நடத்தும் திறமை உடையவர்!

இயல்! இசை !நாடகம் மூலமும் பாடம் பாடம்
நடத்தும் வித்தகர்!

 குணம் உண்டு குணமுண்டு ! ஆசிரியருக்கு தனி
குணம்முண்டு! தன்னிகரில்லாத
சிறப்பும் உண்டு!
மாதா !பிதா !குரு தெய்வத்திற்கு முன்னால் உள்ள
தெய்வம் ஆசிரியர்! மாணவர்களின் கண்களுக்கு
தெய்வமாகவே தெரியும் ஆசிரியர்!

 தெய்வத்தின் மறு உருவமான ஆசிரியரை
வணங்குவோம்! ஆசிரியர் கூறும் வழிமுறைப்படி
பாடங்களை கற்று முதல் மதிப்பெண் எடுப்போம்!
பாடத்தில் மட்டுமல்ல எதிலும் எங்கும்
முதலிடத்தை அடைவோம்! உயர்ந்த இடத்தை
அடைந்தபின் இவர் என் ஆசிரியர் என்று ஊரறிய
உரைப்போம்!

குரு தட்சணையாக இந்த மகிழ்ச்சியை நம்
ஆசிரியருக்கு அளிப்போம்!

ஆசிரியர் விரும்பும் குரு தட்சணையும் இதுவே
என்பதை உணர்வோம்!

ஆசிரியர் வழிகாட்டுதல்படி வெற்றிப் படியை
தொடுவோம்!

நமக்காக உழைக்கும் ஆசிரியரை மனம் மகிழும்படி செய்வோம்!

நன்றி
--செ. ரத்னா செந்தில்குமார்

64. மனித குலத்தின் மாசற்ற சிற்பி

தாய் தந்தை ஆசிரியர் இறைவன்
இதில் இயல்பாய் ஒன்றிவருவோர்
தாய் தந்தை
அறிவின்பால் நம்மை ஆட்கொண்டு
இறைவனுக்கே முன்னதானவன்
ஆசிரியன் ! அந்த அளவுக்கு ஆசிரியரின் சேவை
அளப்பரியது ;
அளவிட முடியாதது ! அவர் நற்சமூகத்திற்கு
சான்றாகிறார்.ஆன்றோர்களையும்
சான்றோர்களையும் வாரி வழங்கும்
கொடை வள்ளலாகிறார்.ஆனால் அவரின்
அறப்பணி ஓய்வதில்லை ; அவரது
தியாகத்திற்கும் ,அறத்தொண்டுக்கும் ஏதேனும்
பரிசு வழங்க நினைத்தால் அந்த
வானமே எல்லை!வானத்துக்கு
ஏதடா எல்லை என ஏகடியம்
பேசுகிறது அசரீரி
அப்பப்பா... உனது பணியை
இறைதொண்டுக்கு இணையாகப்
பாவிப்பதால் நீயும் எமது
இறைவனே! கரடு-முரடான பாறாங்கல்லையும்
கூழாங்கல்லாவும்,மாற்றும்
மாயக்காரன்,மனித குலத்தின் மாசற்ற மாணிக்கம்
நீ!
கல்லாய் இருக்கும் மாணவனையும்

கலையாய் செதுக்கும் சிற்பி நீ!
நெஞ்சுயர்த்தி சொல்லுவேன்
எனது ஆசிரியன் நல்லாசிரியன்!
அறிவை செதுக்கும் சிற்பியே
தொடரட்டும் உன் தொண்டு;
வளரட்டும் அறிவார்ந்த சமூகம்!
ஆசானின் பாதம் தொட்டு
வணங்குகிறேன் மாண்புமிகு
மாணவி நான் !

- ச. அபர்ணா ஸ்ரீ

65. சுடரொளி தீபஆசிரியர்.

தெய்வத்தால் ஆகாது எனினும்
முயற்சியோடு இணைந்த பயிற்சியால்

மாணாக்கர்களின் தூண்டு கோலாக விளங்கும்
துலாகோல்

திறமையை வியக்க வைத்த வித்தகன்

அக இருளை நீக்கிய
அகல் விளக்கானவன்

அனைத்து துறைக்கும்
அரிச்சுவடியாக விளங்கும்
அகராதி

இயந்திரங்களோடு பேசும் மனிதர்கள் மத்தியில்
இதயங்களோடு பேசும்
இதய கோயில்

பாரினுல் பட்டமாய் நீ உயர
பம்பரமாய் நீ சுழல
பாங்காய் கல்வி போதித்த
போதி மரம்

அணையா தீபமாய்

அகிலத்திற்கு ஒளி காட்டும்
அகல் விளக்கு
அன்பு விளக்குமானவன்
ஆசிரியர்

-   ஜெ.ஜீவா ஜாக்குலின்
     கடலூர்

66. குன்றின் மீதிட்ட அகல்

கரம் பிடித்து எழுதிடவும்
சிரம் அசைத்துப் படித்திடவும்
நற்றமிழ் தன்னில் பேசிடவும்
கற்றுத் தந்தவர் ஆசிரியர்

அன்னைபோல் அன்பைப் பொழிந்து
என்னைப்போல் முன்பே மொழிந்து
தன்னைப்போல் நன்கே மொழிய
தனிவழிதந்த தாயின் நல்லார்
தந்தைபோல் கண்டித்துத் திருத்தி எந்தன்மேல்
கண்ணை இருத்தி
தடங்கள் மாறினான் திரிந்தால்
தடையால் மாற்றிய தெய்வம்

தோழனாய் நின்றால் கற்றுத்
தெளிவாய் நின்றிடச் சற்றுத்
தயக்கம் நீங்கிடவே என்னைத்
தோள்தொட்டுத் தெளிவித்த தோழர்
கரையிலா கல்வியைக் கற்றுத்தந்தவர்
கனிவான அன்பினால் பண்புதந்தவர்
ஏணியாய் நின்றெனை ஏற்றிவிட்டவர்
அகல்விளக்காய் ஒளிர்கின்ற ஆசிரியரேயவர்

- அ..செலஸ்டின் மகிமை ராஜ்

67. ஞாலத்தின் ஞானச்சுடர்கள்

ஞாலத்தை ஞான
ஒளியில் ஞாயிறுபோல்
பிரகாசிக்கச் செய்யும்
ஞானவான்கள்...
வித்திலேயே நம்மை விருட்சங்களாய்க் காணும்
தீர்க்கதரிசிகள்...

கனவுகள் பற்றிக்
கூறினால் - அவற்றை
அடையத் தேவையான
கோட்பாடுகள் கற்றுத்தரும்
பெரும் குருக்கள்...

என்றும் நல்லொழுக்கம்
காத்து நடந்து வாழ்வில்
உயர வேண்டுமென
போதிக்கும் அறிவுச்சுடர்கள்...
கடினமாய்த் தோன்றுபவையும்
சரியான அணுகுமுறையினால்
எளிதாகிவிடும் என உணர்த்தும்
நிகரற்ற ஆசான்கள்...
நம் ஆசிரியர்கள்....!!!

~ ச. த. ரேணுகா

68. ஆசானின் பெருமை

நம் எல்லோர் வாழ்விலும்
ஏற்றங்களை ஏற்படுத்துவது
நம் ஆசான்களே !

நம் வளர்ச்சி கண்டு
பொறாமை கொள்ளாதவர்
நம் தாய் தந்தையரும்
ஆசிரியருமே !

மழலையர் வகுப்பு
ஒன்றாம் வகுப்பு
என்று நம் பயணம்
முன்னேறிச் செல்லும்!
ஆசிரியர் மட்டும்
அங்கேயே !

நம்மை ஏற்றி
விடும் ஏணியாய்
முன்னேற தூக்கி
விடும் தூண்டுகோலாய் !

நமது ஆக்கங்களில்
ஆனந்தம் கொள்பவர்கள்
வளர்ச்சிகளில் என்றும்
வாழ்த்துக்களையே அளிப்பார் !

நம் தவறுகளை
சுட்டிக்காட்டுவார்
அறியாமைகளை
தெரிவுபடுத்துவார்
தெளிவு படுத்துவார் !
நம் அப்பாவித்தனத்தை
அழகாய் எடுத்துரைத்து
சிறிய கண்டிப்புகளில்
சிந்தை திருத்துவர் !

ஆசான் அருமை
அறியலாம் முழுமை
நாமும் ஆசிரியர்
ஆகிடும் வேளை !
எல்லார் வாழ்விலும்
மறக்கவொன்னா
ஆசிரியர் ஒருவரேனும்
நிச்சயம் இருப்பர் !
ஒவ்வோர் மாணவனும்
ஒவ்வோர் பிள்ளைகளாய்
பார்த்து வளர்த்திடுவர்
ஆசான்கள் !

--க. செளபர்ணியா

69. வாழ்க்கையின் ஒளி

அன்பில் அன்னையாக.......
அரவணைப்பில் தந்தையாக.......
அனுசரிப்பில் தமக்கையாக.......
அதிகாரத்தில் தமையனாக.......
அரட்டையில் நண்பனாக.......
அனைத்துமாக இருப்பவர் "ஆசிரியர்"

அறிவு என்ற வார்த்தையின் இலக்கணமே
"ஆசிரியர்"
"அ" என்று சொல்லி அறிவின் உச்சத்தில்
உயர்த்துபவர் "ஆசிரியர்"

அன்பான நடையில் உலகையே அறியவைப்பவர்
"ஆசிரியர்"
உண்மைக்கு உதாரணமாக விளங்குபவர்
"ஆசிரியர்"

தன்னையே கரைத்து அறிஞர்களை உருவாக்கும்
சிற்பி "ஆசிரியர்"
மற்ற பிள்ளைகளை பெற்ற பிள்ளைகளாக
எண்ணுபவர் "ஆசிரியர்"

எதிர்கால பாதையை அறிமுகப்படுத்துபவர்
"ஆசிரியர்"

வாழ்க்கையின் உச்சத்திற்கு அழைத்து செல்பவர்
"ஆசிரியர்"

வாழ்க்கையின் ஒளியாக திகழ்பவர் "ஆசிரியர்"
தெய்வத்திற்கு அருகில் வைத்து போற்றப்படுபவர்
"ஆசிரியர்"

ஆசிரியர் கற்பித்த பாடங்கள் வெறும் பாடங்கள்
அல்ல ....
நம் வாழ்க்கையின் பாலங்கள்.......

ஆதி அந்தம் "ஆசிரியர்"
மனித குலத்தின் அதிசயபிம்பம் "ஆசிரியர்"
அன்பை ஊட்டுபவர் அம்மா என்றால்......
அனைத்தையுமே ஊட்டுபவர்
"ஆசிரியர்"

எல்லமாகி நிறைந்து ....
நம் வாழ்க்கையில் எல்லாமுமாக இருப்பது
ஆசிரியர் ஒருவரே!!!!!!

ஆண்டுகள் பல கடந்தாலும்.......
அழியாப் புகழை நாம் அடைந்தாலும்.......
ஆசிரியர்களின் நினைவு நீங்கமற இடம்பிடிக்கும்
என்றும் நம் மனதில்!!!!!!!!

-

மு. செண்பகவடிவு

70. தேயாத வெண்ணிலா

கருவறையில் பிறந்தவர்கள் நுழைவது கல்வியறை

காலங்கள் சென்றாலும் நினைவில் நீங்காத அழகு
முகம்

கிண்டல்கள் பல செய்தும் புன்னகையோடு கடந்து
போகும் அன்பு

கீர்த்தனைகள் உன்னை பாடினால் போதாது இந்த
பிறவி

குறைகளை நிறைகளாய் மாற்றித் தந்த மாற்று
அன்னை நீ
கூட்டங்கள் என்னைச் சேர காரணமானவள் நீ
கெட்டவை நல்லவைகளை ஆராய்ந்த பார்க்க
கற்றுத் தந்த பல்கலைகழகம் நீ

கேட்ட சந்தேகங்களை இன்முகத்துடன்
உரைத்தவள் நீ
கைகள் அடித்தாலும் பின்பு அரவணைத்து
நற்பண்புகள் கூறியவள் நீ

கொள்கைகளை நிறைவேற்ற பல யுக்திகளை
நல்கியவள் நீ

கோட்பாடுகளுடன் வாழ்க்கையை வழிநடத்த
விழி தந்தவள் நீ
னகௌரவ பட்டங்கள் எனைச் சேர ஆனந்த
கண்ணீருடன் அங்கீகரித்தவள் நீ
இன்று என் முதுமை வயதிலும் நான் நினைவு
கூறும் என்றும் தேயாத இதய வெண்ணிலா நீ

- சு வத்ஸலா தூத்துக்குடி

71. என் அன்பு வழிகாட்டி

அ, ஆ, இ, ஈ சொல்லித் தந்தவர்!
ஆசையுடன்
மாணவர்களை அரவணைத்தவர்!
இசைபாட வாழ கற்றுத் தந்தவர்!

ஈதல் பண்பை சொல்லித் தந்தவர்!
உயிர் எழுத்தை சொல்லித் தந்தவர்!
ஊரெல்லாம் இவன் என் மாணவன் என்று கூறி
பெருமிதம் கொள்பவர்!
வாழ்வுக்கு வளமாக்கும் அனைத்தையும்
மாணவர்களுக்கு சொல்லித் தந்தவர்!
ஏணியில் ஏற்றி என் வாழ்வின் வெற்றியைப்
பார்த்து மகிழ்ந்தவர்!
ஐயம் இன்றி வாழ கற்று தந்தவர்!

ஒற்றுமையாக வாழ வேண்டும் என்று
சொன்னவர்!
ஓடாக மாணவர்களான எங்களுக்காக உழைத்து
தேய்ந்தவர்!
ஔடதம் தந்து என் காயத்தை சரி செய்பவர்!
அஃரினைக்கும் அன்பு காட்ட சொல்லித் தருபவர்
என் அன்பு ஆசிரியர்!

- செ. கமலேஷ்

72. காலத்தின் சிற்பி...

விதையாக இருந்த நம்மை மரமாக்கி
மற்றவருக்கு நிழலாக்கி !
மூடி கிடந்த நம் மனதை
லட்சியமெனும் சுடரொளியேற்றி !
நம் விதியை உடைத்து
நம்மை அறிஞராக, கவிஞராக, மருத்துவராக,
காவலராக...!
நம் தாய்நாட்டை பாதுகாக்கும்
ராணுவ வீரனாக !
நம்மை உருவாக்கும் நல்வழிகாட்டிகள் !
காலத்தின் மறுவுருவம்
நம் ஆசான்கள் !
ஆசான்களை மதித்து !
மனத்திரையில் பதித்து !
துயரத்தில் இருக்கும் போது தன்னம்பிக்கையின்
வடிவமான
ஆசான்களை நினைத்து பாருங்கள் !
ஆண்டுகள் பல கடந்தாலும் !
அழியாப் புகழை நாம் அடைந்தாலும் !
ஆசான்களின் நினைவு
நீக்கமற இடம் பிடிக்கும் என்றும்
நம் மனதில் அல்லவா !

---கவியருவி பா.சரவணன்,

73. ஏணிப்படிகள்...!

கண்ணை இமை காப்பது போல...
மாணவனுக்கு
அறிவை தருபவர் ஆசிரியர்... !

எல்லாச் சிப்பிகளும் முத்துக்களை
உருவாக்குவதில்லை... !
ஆனால் இங்கே ஆசிரிய விஞ்ஞானி எல்லா
மாணவர்களையும்
முத்துக்களாக மாற்றுகிறார்... !

இப்புனித பணியை கையால்
அளக்க முடியாது...!
வானத்தால் அளக்க முடியாது...!
ஏன் சூரியனால் கூட எரித்து விட முடியாது...!

வையகம் இருக்கும் வரை
ஜீவன்கள் இசைத்துக் கொண்டே இருக்கும்...!
நட்சத்திரங்களைப்
பொறுக்கி வந்து உங்கள்
தலைக்கு மணிமகுடம்
சூட்டுகிறோம்...!
குறிஞ்சி மலர்களைப்
பறித்து உங்கள் பாதத்திற்கு
அர்ச்சனை செய்கிறோம்...!

தேனீக்களே...!
தேன் தேட எங்கே செல்கிறாய்?
எங்கள் ஆசிரியர் உனக்கு தெரியவில்லையா?
அறிவுத்தேன் இங்கே
உண்டு வா...!

ஆசிரியர்,
டாக்டர் இராதாகிருஷ்ணன் போல்...
ஜனாதிபதி அப்துல்கலாம் போல்..! உருவாக
வேண்டும்
சமுதாயத்தில்...!

நீங்கள் தேரில் அமர்ந்து கட்டளையிடுங்கள்...!
தேரின் சக்கரம் போல்...
உருண்டு போகிறோம்...!

எங்கள் மெத்தனப்
போக்கைத் தட்டி எழுப்புங்கள்
தோள்களுக்கு...
இலவம் மெத்தையாக இருப்போம்...!

ஆம்...!
நீங்கள் ஏணிப்படிகள்
எங்களை வெற்றி என்ற
தேரில் ஏற்றி விட்டவர்கள்...!

----**ம.ப. சாந்தி சங்கரி**

74. என் ராஜாத்தி அம்மா

நல்லொழுக்கம் யாதென கற்பித்தோனே
உன் வார்த்தைகள் சிலவும்
உன் அதட்டல்கள் சில நேரமும்
காயப்படுத்தினவே
மழலை மனம் மாற என்னை
உன் கைகளில் பிடித்துக்கொடுத்தன
எம் பெற்றோர் _ பிள்ளை என
பேணி படிப்பையும் புகட்டி
இது தான் சரி
இது தவறு என
வாழ்க்கையை தொடங்கி வைத்தாய்

உனக்கு தெரிந்து படிப்பித்தாய் அறிவை
உமக்கே அறியாமல் படித்தேன் உன்
நற்பண்புகள் பலவற்றை
உன் பிம்பமாய் நான்
ஆசிரியராய்
நல்ல தோழியாய்
தாயாய்
நீ நிறைவேற்றிய உறவுகள் பல
என் நிகழ்காலத்தில் என் எதிர்காலத்தை

காட்டியதும் நீ
நினைவுகளில் அல்ல
இதயத்தில் சுமப்பேன் என்றென்றும்

_முத்தங்களுடன் உங்கள் மகள்..

-----*Maryam Ahamed Jeelani Sikkander*

75. அன்பான வேண்டுகோள்!

அள்ளி அள்ளி தந்தவள்
அன்னை அன்றோ -அமுதை!
செய்யக் கற்று தந்தவன் தந்தை அன்றோ –
கடமையை!
சொந்தம் இல்லை!
பந்தம் இல்லை!
அமுதொளி அதன்
அறிவொளி அளித்து!
அகவொளி அதன்
மெய்யொளி புகுத்தி!
பற்றொளி அதன்
சூட்சமம் விளக்கி!

பகிரொளி அதன்
பண்பாடு நிறுத்தி!
அறிவாளியாக்கும் ஆசானே!
கல்வியெனும் அழியா ஒளியை அன்னமிடும்
பொன்மனம்
அடியேனின்றி யார் கொண்டார்!
அட்சயபாத்திரமாய்
அனையாது ஒளியேற்ற
அன்பான வேண்டுகோள்
ஆசிரிய ஆண்டவருக்கு !

- காவியா செங்கொடி

76. அறிவின் ஆணிவேர்

காலம் முழுவதும் கடமைபட்டிருப்பேன்
உன் காலடி தொழுது பணிந்துடுவேன்
என் நிலை மாற்ற
உன்நிலையிலிருந்து இறங்கினாய்

அன்பின் அன்னையாகவும்
அரவணைக்கும் தந்தையாகவும்
தட்டி கொடுக்கும் நண்பனாகவும்
தாங்கி பிடிக்கும் சகோதரனாகவும்

தள்ளாடும் வயதிலும் தளரா மனதிடம்
தந்தாய்
தன்னலமின்றி பிறர் சேவை செய்ய
தூண்டினாய்

'அ' என்றால் அன்னை என்றாய்
அடுத்தவரின் நிலையறிந்து
செயல்படுவென்றாய்

சேமிக்க கற்றுக் கொடுத்தாய்
சோர்ந்துபோன வேளையில் தன்னம்பிக்கை
தந்தாய்

முயலாது என்றபோது
முயற்சி கைவிடாதே என்றாய்
முன்பின் அறியா என்னை உன் பிள்ளையாக
எண்ணினாய்

என் ஏற்றத்தை காண நீ
ஏணியாக மாறினாய்
எப்படி தீர்ப்பேன் உன்னிடம் பெற்ற கடனை

உன்னை ஆசான் என்பதை விட
அறிவின் ஆணிவேர் என்றே கூறுவேன்

- சூ.லெயோ தெபோராள்,

77. காலத்தின் சிற்பிகள்

அகரம் கற்பிக்கும் ஆசானே..
நாங்கள் சிகரம் தொட உழைப்பவரும் நீ
தானே!
களிமண்ணாய் உள்ள எங்களை
உருட்டி உருவம் செய்து அழகிய சிலையாக
மாற்றிடுவாய்!

கல்வியறிவு எங்களுக்கு அளித்திடவே
கருத்திலே அமுதத்தை ஊட்டிடுவாய்!

பட்டம் நாங்கள் பெற வேண்டி,
பாடுபட்டு நீ உழைத்திடுவாய்!

களர் நிலத்தையும் உன் உழைப்பினாலே
உழுது விளைநிலமாய் மாற்றிடுவாய்!

வகுப்பறை கொண்டு பல உயிர்களை
சுமப்பதினால் அன்னையாய்
மாறிடுவாய்!

கண்டிப்புடனே எங்களை காவல்
காப்பதினால் தந்தையுமாகிடுவாய்!

சுயநலமில்லா சேவையினால்,
சாதாரண மாணவனையும்

சான்றோனாக்கிடுவாய்!

புகழ்கள் நாங்கள் பெற்ற போது,
பெருமை நீயும் அடைந்திடுவாய்!

ஈன்றாள், தந்தை இருவரை விட
ஆசான் நீயே மகிழ்ந்திடுவாய்!

ஏற்றிவிட்டதை நாங்கள் மறந்தாலும்,
ஏற்றிவிட நீ ஒருபோதும் மறப்பதில்லை!

ஆற்றும் பணியில் ஆர்வம் கொண்டு,
அயராது உழைத்திட உன்னைப்போல்
எவருமில்லை!
போற்றுவோர் போற்றினாலும் தூற்றுவோர்

தூற்றினாலும்,
உன் பணிதனில்
தொய்வில்லை!

எழுத்தறிவிக்கும் இறைவியே,
உனக்கு நிகர் இவ்வுலகில் எவருமில்லை..!

வணங்குகிறோம் உன்னை,
வாழ்த்தி மகிழும் நீயே எங்களுக்கு அன்னை..

– க.சர்புன்னிஷா

78. ஆசிரியர் வாழ்க

ஆதியிலே குருகுலத்தில் அடைக்கலமாய்ச் சேர்ந்த
அறியாத சிறுவருக்கு ஆயகலை தந்து
மேதினியில் நல்லவராய் வல்லவராய் ஆக்கி
மென்மையெலாம் சேர்த்தார்கள் ஆசிரியர் ஊக்கி!
நீதிநெறி வழுவாது உலகாண்ட அரசர்
நித்திலமும் ரத்தினமும் நிறைந்துள்ள செல்வர்
சோதியெனச் சுடர்கின்ற ஆசானைத் தொழுதார்
சொல்கேட்டு உலகோரும் நல்வழியில் சென்றார்!
இன்றையநாள் கல்விமுறை எத்தனையோ சிக்கல்
இடர்ப்பாடு இன்னல்கள் ஏராளம் பாரீர்!
என்றாலும் எந்நாளும் தன்கடமை தன்னில்
எள்ளளவும் குறையின்றி ஆசிரியர் உழைப்பர்!
ஒன்றிரண்டு களைகளிடை வந்தாலும்கூட
ஒளிர்கின்ற பண்புகளால் உயர்ந்தோர்கள் பலரே!
தன்னார்வம் தொண்டுள்ளம் பொன்னான நெஞ்சம்
தான் கொண்ட ஆசிரியர்க் கிங்கில்லைபஞ்சம்!
இடைநில்லா துலகிங்கு இயங்குவதின் அச்சாக
இருப்பவர்கள் ஆசிரியர் இவ்வுண்மை உணர்வோம்!
தடைதாண்டிச் சாதனைகள் செய்வோரின் பின்னே
தனைவருத்தி உழைத்தஒரு ஆசானும் இருப்பான்!
படிக்கட்டாய்த் தானிருந்து பல்லோரின் வாழ்வை
உயர்த்துகின்ற ஆசிரியர் ஓங்குபுகழ் பெறுக!
விடியாத இருளன்ன அறியாமை அகல
விளக்காக ஒளிவீசும் ஆசிரியர் வாழ்க!

'கவிஞாயிறு' துரை. தனபாலன்

79. உதிர மை

உயர்நிலை வகிக்க
வழிவகுத்த பள்ளி
உயர்நிலைப் பள்ளி
அதை
நினைத்ததும்
கண்
பூக்கிறது

கல்வியோடு
கலையையும்
இலக்கியக் கலையையும்
கற்பித்த
கல்வி ஏடு
என்
முதல் வீடு

ஆசிரியர்கள் அனைவரும்
ஆசிரியர்கள் மட்டுமல்ல
மாணவர்களின்
வழிகாட்டிகள்
வலிதீர்க்கும் மருந்தகங்கள்
நூலகங்கள்
விழிநீரைத்
தடுக்கும்
துடைக்கும்

இமைகள்
இமயங்கள்
இதயங்கள்
ஆசிரியர்கள்
அதற்கும் மேல்
தெய்வங்கள்
என்னைப் பற்றி
என் பெற்றோர் அறிந்ததைவிட
ஆசிரியர்கள் அறிந்ததே
அதிகம்
உருக்கி எழுதுவது
எழுதுகோல் மை
தாளில் வருவதோ
அவர்களின் உதிர மை
மெய் வருத்தல் என்ன
ஆசிரியர்களே பொருள்
மெய் கூறல் யாது
ஆசிரியர்களின் இயல்பு
மெய் சொன்னதை
மைகொண்டு சொல்கிறேன்
எதிர்காலம்
நாளை சொல்லும்
நான்
இன்றே சொல்கிறேன்
நன்றி நன்றி ஆசிரியர்களே.

- *சரண்யா முசிலா*

80. ஆசானின் சிந்தை

ஆயிரம் குழந்தைகள்
    பட்டாம்பூச்சிகளாய் சிறகடிக்க
என் சிதைந்த மனம்
    அதன் சிரிப்புகள் கண்டுகளிக்க
கவலைகள் பறந்து மலராய் மலரந்தேன்.

ஆயிரம் பெற்றோரின் இன்னல்கள்
    ஆயிரம் பெற்றோரின் புன்னகைகள்
ஆயிரம் பெற்றோர்களின் கோபமான இசைகள்
    அனைத்தும் ஏந்தும் என் இதயம்
சலிப்படையாமல் என் கடமையை தூண்டியதே!

மழலையின் எதிர்காலம்
    இரண்டாம் தாயான
என் உள்ளங்கையில்
    மேன்மை படுத்தும் என்னம்
என் இதயத்தின் அன்பான காதலோடு.

_____மு.ஹர்ஷினி

81. பொன்மன புதையல்

தன்னல மில்லா தாய்க்கு பின்னே
என்னலம் விரும்பும் எளிய மனமே
நன்மைகள் சொல்லி நல்லது செய்யும்
பொன்மனம் கொண்ட புதையல் அவரே

சுடரொளி தந்து துணையாய் நிற்பார்
இடர்களை களைய இன்சொல் தருவார்
அடர்ந்திடும் குழப்பம் அழகாய் நீக்கி
கடமையும் செய்வார் கருத்தாய் நாளும்

அறிவினை கொடுத்து ஆற்றல் வளர்ப்பார்
அறநெறி வழியில் ஆற்றுப் படுத்தி
குறைகளை களையும் குருவும் அவரே
நிறைமனம் கொண்டு நினைப்பாய் நாளும்

- பூர்ணிமா சங்கர்
கோயமுத்தூர்

82. முத்தமிட்ட முதற்க்காதலி...

பல்பம் கடித்து சாப்பிட தானே
என்றிருந்தேன்;
    ஓ.. எழுதவும் செய்யுமா? சிந்தையில்
சொல்லினாய்!

    *அ*_அம்மாயென்றாய்
*ஆ*_ஆலமரமென்றாய்!

குறிலும் நெடிலும் உச்சிமுகர்ந்தது...
*ஆ*_ஆசிரியர்யென உச்சரித்த நாவினால்,
ஈயின் இறகிலே இடியியிடித்தது

இவ்வுடலையும் விளைநிலமாக்கி
அறுவடைச் செய்யும் உழுவனல்லவா நீ!

அலைநடுவே வருகின்ற நுரைப் போலவே...
கரைச்சேர்த்து உடைகிறாய்

புதுவருடம் மீண்டும் அவ்வறைக்கு...
நாவைப் பழக்கினாய்! நடக்கப் பழக்கினாய்!

அழுதுக்கொண்டே வந்தவனை அழுதபடி
அனுப்புகிறாள்! அடுத்தப்படிக்குஆசிரியை!

ஐயோ! மீண்டும் ஓர் கூட்டம்
அழுதுக்கொண்டே வருகிறதே!
அம்மா கண்கள் துடை இம்முறை உனது
கண்களை!
பட்டம்விட்ட கைகளை பட்டம் வாங்கச்
செய்தவள்!

எத்தனையோ பிரசவம் இவள் சுமப்பாள்!

மூக்குக் கண்ணாடியில் நீ புத்தகம்
படிக்கையில்
கடைசி இருக்கைக்கு கை,கால் உதறிவிடும்
எப்போதும் நீ என்னையே கேள்விகள்
கேட்பாய்

'செத்துப் போ' சாபம் பெறுவாய்

அம்மா எவ்வளவு கடினம் உங்களின் சேவை

இப்போது வங்கியில் நல்ல வேலையில்
இருக்கிறேன்
வந்து சொல்லி ஆசிப் பெற ஆசைதான்

கணக்கு தெரியாமல் உங்கள் மீது கல் எறிந்த
ஞாபகம் போனதும் வருகிறேன்

-மறைமொழியான் ஜபிர்

83. ஆசானே அச்சாணி

கரம் பிடித்து
அகரம் இட்டாய்!
தோள் பிடித்துத்
தூக்கி விட்டாய்!
வழியும் கண்ணீரின் துளிகள்
அனைத்தும் அம்மா! அம்மா! என
கூச்சலிட்ட போது,
நீயும் தாயென தோளில் தூங்க வைத்தாய்!
ஆகாச சிறந்த ஆசான் என்பேனா?
உன்னை,
அள்ளி முத்தமிட்ட
அன்னை என்பேனா?
தவறிழைத்தால் தண்டித்து
புகழுற்றால் பிரம்மித்து
என்னைப் பிள்ளை என பாவித்து,
வாழ்க்கைப் படிகளிலே
வழுக்காமல் எறக்
கற்றுக் கொடுத்தாய்!
பாதிப் படியில் மூர்ச்சையானால்,
உன் வார்த்தைகளில் சக்தி தந்தாய்!
முழு படியும் ஏறிவிட்டேன்.
திரும்பிப் பார்த்தால்,
நீ இல்லை !
நிமிர்ந்து பார்த்தேன்
நீ இருந்தாய்!

நான் தலை நிமிரும்
தருணத்திற்கா காத்திருந்தாய்?
அப்போது புரிந்து கொண்டேன் !
ஆசானே நீ ஆன்மாவிலும்
உன் பிள்ளைக்காய்
அவன் முன்னே நிற்பாயென!

- தே. ஷாரிகா

84. நான் ஆசிரியனாக

நானும் மாணவன் தான் ஆனால்
படித்துக் கொண்டிருக்கும் பொழுது
ஆசிரியனாக

முதல்நாள்
கல்லூரி வகுப்பறையில்
என் காலகள்பதிந்தன
எத்தனை ஆண்டுகள்
மாணவனாக மேசையில் அமர்ந்து
கரும்பலகையை கண்டிருக்கிறேன்
அப்போதெல்லாம்
கரும்பலகை கரும்பலகையாகதான் தெரிந்தது

இன்று மிக அருகில்
கரும்பலகையின்முன்னே
என் கண்கள் இருண்டன
நெஞ்சுப் படபடத்தது
சட்டென்று
வெள்ளை எழுது உருளையை எடுத்தேன்
உச்சியில் நெற்றிப்பொட்டில்
"தமிழ்" என்று எழுதினேன்
உயிர் நாடியிலிருந்து
எழுந்தது ஒரு காற்று
என் உடலெங்கும் புத்துணர்ச்சி
நரம்புகள் புடைத்தன

உடல் சிலிர்த்தது
ஆம் வீரம் பிறந்தது

தமிழ் வெறும் சொல்லல்ல
அது வீரம்
அது நம் தாய்
அது நம் தெய்வம்
இன்னும் அதற்குமேல்
நாம் தமிழ்ப்பால்
அருந்திய குழந்தைகள் தானே
அதுதான் நம் உடலில் ஓடுகிறது

திரும்பிப் பார்த்தேன்
என் முன்னிருந்த அத்தனைக் கண்களும்
அமைதியாக
என் மீது
அம்புகளை பாய்ச்சின

திருமாலின் சக்கரம் போல
என் கண்கள் இரண்டும்
அத்தனை அம்புகளையும் சிதறடித்தது
அனைவரையும்
என் வாய் சிறைக்குள் அடைத்தேன்
துன்புறுத்தவில்லை
அறத்தை வலியுறுத்தினேன்
வள்ளுவனாக ....

எப்படி மறக்க முடியும்
அந்த உன்னத நன்னாளை
வகுப்பறையில் ஒரு நாள்
நானும் ஆசிரியனாக...

----*அன்புவேல் வர்மன்*

85. ஆசிரியரின் உள்ளங்கையில்!

அதட்டி மிரட்டி
பணிய வைக்கும்
ஆசிரியர் ஒருவிதம்
என்றால்...

மென்மையாய்
அன்பு செய்தே
அடிமையாக்கும்
ஆசிரியர் ஒருவிதம்!

என்னவென்று சொல்ல?
எங்கிருந்து ஆரம்பிக்க?
தன்னலம் கருதாத
அவரது அன்பினை,
எம்மொழியில் நானும்
வடிக்க?

பணி என்பதை
பணியாய் பார்க்காது
சேவையாய் செய்யும்
அவர்களது உள்ளமதை,
எவ்வரியில் நானும்
செதுக்க?

எத்தனை உறவுகள்

வந்தாலும், எதிர்பார்ப்பின்றி
கடமையை கருணையாக
செய்திடும் உம்தொழிலை,
எதில்சேர்த்து நானும் கூற?

பாடத்தோடு சேர்த்து
நன்னெறியும் கற்பித்து
மாணவ மணிகளுக்கு
முன்மாதிரியாய் விளங்கும்
ஆசிரியரின் உள்ளங்கையிலே
வீற்றிருக்கிறது,
உலகத்தின் எதிர்காலம்!

– மாயாதி

86. குருவே அறிவுருவே

நட்சத்திரக் கூட்டத்தின் நிலாவே ,
இறைவன்அனுப்பிய அறிவுக் கிடங்கே,
திறமை வளர்க்கும் அருளே,
அறியாமைத் திரையகற்றிய குருவே,

கூறப்பட்ட நால்வருள்
தெய்வத்தை முந்திய விந்தையே !
தினமும் எமக்கு நீ
சலிப்பின்றி புகட்டினாய் நன்மையே !

பத்துதிங்கள் தாயின் கருவறையில்,
வாரம்வரும் திங்கள் உன்னோடு
பள்ளி வகுப்பறையில் என ,
பெற்றோர் ஆனாய் !
பேரறிவு ஈந்தாய் !

- **சந்தியா முரளிதரன்**

87. ஆசிரியர்

கரும்பலகையின் மீது
வெண்ணிற வரிகளால்
வண்ணமயமான வாழ்க்கையை
எங்களுக்கு வார்த்து அளித்த வாழும் தெய்வம்!

நீவிர் கற்பித்த பாடங்கள் வெறும்
பாடங்கள் அல்ல
என் வாழ்க்கையின் பாலங்கள்!
உனது இதழின் உச்சரிப்பை உள்வாங்கியே எனது
மழலை
மொழியினை மறக்க செய்தாய்!
களர் நிலத்தை தோண்டி எடுத்து
கலை நிலமாய் உழுதவர்தான் என் ஆசான்!
பிரம்பு பட்டு சிவந்த கரம்,
உதவி செய்து சிவக்கிறது! அன்று கற்பித்த
ஒழுக்கத்தால்!

எத்தனை அன்பு, அரவணைப்பு
எத்தனை அறிவுரைகள், ஆலோசனைகள்
எல்லாம் எதற்கு?
எங்கள் வாழ்வு வளம் பெறதானே!
உங்கள் ஆசியாலும் நீங்கள் விதைத்த
அறிவுரையாலும் நிச்சயம் ஒளிர்வோம் ஐயா.

---**ந. உதயகுமார்.**

88. நான் விரும்பும் ஆசான்

அன்பைக் காட்டும் எனை ஈன்ற தாய்.....

ஆசையை நிறைவேற்றும் எனை சுமந்த தந்தை...

இவர்களை விட...!

யாரென தெரியாத என்னை செதுக்கி!

கள்ளிகுடத்தை பொற் குடமாக்கி!

பகுத்தறிவை பகிர்ந்து அளித்து!

ஊக்கத்தைப் பரிசளித்து!

என் தோல்விகளுக்கு தோள் கொடுத்து!

என் சிறுவெற்றியை பாராட்டி!

என் பெரு வெற்றிக்கு வித்திட்டு!

என் தவறுகளை கண்டித்து!

எனக்கான பாதையை வகுத்தளித்து!

என் எதிர்கால வாழ்வில் .....

ஒளிவிளக்கு ஏற்றிய அணையா விளக்கே!
அறிவு சோதியே!
என் ஆசானே

– சு. கோகிலா.

89. கல்வியின் கட்டுமரம்

அறிவு பசிக்கு உணவு வழங்கி
பசியாற செய்த ஆசிரிய பெருமக்கள்!
வரலாறு பதிக்கும் நாளைய உலகில்
படைப்பாளனை செதுக்கும் கல்வி சிற்பிகள்!
அ முதல் எழுத்துக்களை தொடர்ந்து
செய்யுள் வழியாக தமிழை கற்பித்தார்!
புத்தகத்தில் உலகை அறிமுகம் செய்து
உரைநடை வழியாக சூழலை உணர்த்தினார்!

சுற்றுலா சென்றால் பேருந்து இருக்கை,
ஆசிரியர் அருகில் வேண்டி நிற்போம்!
அன்பாய் சொன்னால் அறிவுரை எல்லாம்
கேட்டு நடந்து பணிந்து நிற்போம்!

கை பிடித்து நடை பழகியது,
பேனா பிடித்து எழுத பழகியதும்,
இரு மங்கையர் கைகளின் உதவியால்!
அம்மாவை சமன் செய்யும் உறவு
ஆசிரியர் எனும் கல்வி சிற்பியே!

----ரஞ்சனி பழனிசாமி

90. கற்பிக்கும் சிகரம்

அன்பை கொடுத்து அறிவை வளர்க்கின்ற
தந்தையானவன்.!!

அறிவை தெளிவு செய்கின்ற பண்பாளன்.!!

வெற்று கல்வியை மட்டுமே போதிக்காதவன்.!!

வெற்றி படிக்கட்டுகளை அடைந்திட தோல்வி
என்னும் படிக்கட்டில் பயிற்சி எடுத்திட
உரைத்திடுவான்.!!

உந்தன் குறைகளை சுட்டிக் காட்ட ஒருபோதும்
தயங்க மாட்டான்.!!

உன்னால் முடியும் என்ற நம்பிக்கை விதைகளை
ஒருபொழுதும் என்னுள்ளே விதைக்காமல்
இருந்ததில்லை.!!

அனுபவத்தின் வாயிலாக உன்னை வழிநடத்தி
சென்றிடுவான்.!!

அறியாதவைகளை அறிந்திட ஓராயிரம்
குறிப்புகளை எடுத்திடுவான்.!!

சமுதாயத்தை உற்று நோக்கிட வைத்திடுவான்.!!

சமூகத்தை உயர்த்திட துடிக்கும்
உன்னதமானவன்.!!

--- **கு.ரமேஷ்குமார்**

91. உலகத்தின் வழிகாட்டி

பிரம்பை வைத்தே பிண்ணி அடிப்பார்
பாசத்தையும் அள்ளித் தெளிப்பார்
பாமரன் பணக்காரன்
என்ற பாரபட்சமில்லை
பகுத்தறிவு படர்ந்த
படித்தமேதை அவர்
பொல்லாங்கு சொல்லமாட்டார்
பாசாங்கு செய்யமாட்டார்

கொஞ்சம் முன்கோபிதான்
இன்னும் கொஞ்சம் முரடர்தான்
முத்து முத்தாய் அவர் அள்ளித்தெளிக்கும்
வார்த்தைகள்,
வாழ்க்கைப் பாடங்கள் ஏராளம்

குண்டு சண்டியில் குதிரை ஓட்டிய வாழ்க்கைக்கு
குண்டு வீச்சு நடத்திடுவார்.
விரிந்த வையத்தை விரல் நுனியில் விளக்கிடுவார்.

என்னதான் இணைய வாழ்க்கை நம்மை
முற்றிலுமாக ஆட்டிப்படைத்தாலும்
ஒருபோதும் ஏட்டுக் கல்வியைப் போன்று என்றும்
முழுமை படுத்தாது

கதை சொல்லியே பழக்கப்பட்டவர்

கதாநாயகனாகவே களம் இறங்கிவிடுவார்.
அவரின் அர்ப்பணிப்பு உணர்வு
வாழ்வில் சாதிக்க தூண்டும்
அதிகம் பாராட்ட மாட்டார்.

எங்கே கர்வம் ஏறிவிடுமோ?
என்ற பயம் அவருக்கு.
ஆனால், என்ன
நாம் ஈட்டிய புகழின் ஆணிவேர், அச்சாணியே
ஆசிரியர்,
அவர் ஒருவர் தானே!

----பா.கவுசிகா (பார்கவி)

92..தூண்டுகோல் எனது ஆசிரியர்

அறிவை வளர்க்கும் ஆசானே !!!
நல்ல குறிகோள்களையும், சமுதாய
உணர்வுகளையும்
விதைத்து சிறந்த கல்விப்பணியாற்றிட
வேண்டும்.....
நம்மை விட வளர்ந்து விட்டானே என்று
பொறாமைப்படாத
ஒரே ஜீவன் – நம் ஆசிரியர்கள் மட்டும் தான்...!
ஆசிரியர்களின் ஆசீர்வாதம் இல்லாவிட்டால்
நான் கவிதைக்கூட எழுதியிருக்க மாட்டேன்...
ஆசிரியர்கள் என் ஆறாம் அறிவிற்கு கல்வி புகட்டி,
கூர்மை சேர்த்தவர்கள்
நாளைய சமுதாயத்திற்கு
நல்லெண்ணம் போதிப்பவர்கள்
உலகே வாழ்த்துகிறது உங்களை
நான் வணங்குகிறேன்.
உங்கள் சேவைக்கும், நீங்கள் தந்த கல்விக்கும்
நன்றி சொல்வது மட்டும் போதாது
நான் என் ஆயுள் முழுவதும் உங்களுக்கு கடமை
பட்டுள்ளேன்
உங்கள் சேவையை என்றும் மறக்க மாட்டேன்!
நன்றியுடன் உங்களை நினைத்து பார்க்கும்
உங்கள் மாணவி
அ முதல் ஃ வரியினுள்

இவ்வுலகத்தை
உள்ளடக்கி
என்னுடைய
ஐயங்கள் அனைத்தும்
ஒளிதாயே...
அறிவென்னும் விளக்கேற்றி
அன்பெனும் வழிகாட்டி
சந்தனத் தென்றலாய் வளம் வந்து குளிர்
சந்திரனில் நன்மையைக் கொண்டு
கனியமுத மொழியோடு
கல்வி தனிப் போதிக்கும்
என் மரியாதைக்குரிய ஆசானுக்கு வணக்கங்கள்
நான் வாழ நான் முன்னேற எனக்காக
உழைத்தவர்கள்
நான் இன்று இன்பம் காண அன்று துன்பம்
பொறுத்தவர்கள்
நான் முத்து சேர்க்க மூச்சடக்கி முத்து
குளித்தவர்கள்
என் இளம் வயதில் கண்ட நடமாடும் தெய்வங்கள்
என் ஆசிரியர்கள்!
எனது ஒவ்வொரு செயலிலும் நின்று
என்னை நல்வழிப்படுத்திய, எனது
எல்லா ஆசிரியர்களுக்கும் நான்
நன்றிகடன்பட்டிருக்கிறேன்.

என்னை எனக்கே
யார் என்று

அறிமுகம் செய்தது
எனது ஆசிரியர்கள்
என்றென்றும் நீங்காத நினைவாக நீங்கள் !!!

-----அ.அனிதா
தஞ்சாவூர் மாவட்டம்

93. சிதகம் போல்வீர்

தங்கத்தை உருக்கினால் தான்
நல் ஆபரணங்களை உருவாக்க முடியும்
மரத்தை நன்கு செதுக்கினால் தான்
நல் உபகரணத்தை செய்ய முடியும்

இரும்பை காய்ச்சினால் தான்
நல் கூர்முனை கத்தியை உருவாக்க முடியும்
அதுபோல
ஒரு ஆசிரியரால் மட்டுமே
நல்ல மாணாக்கர்களை உருவாக்க முடியும்
அண்டம் முழுவதும் நீவிராகவும்
ஆடம்பரம் இல்லாதவர்களாகவும்
இன்பத்தை கொடுத்தவர்களாகவும்
ஈதலை சொல்லி தந்தவர்களாகவும்
உலகத்தின் ஆணிவேராகவும்
ஊரார் போற்றுபவராகவும்
எங்களின் தாயாகவும்
ஏணி போல் எங்களுக்கு படியாகவும்
ஐயம் போக்கும் ஐஸ்வர்யமாகவும்
ஒற்றுமையை கற்று தந்தவர்களாகவும்
ஓயாத நதிகரை போலவும்
ஒளவையின் மறுபிறவியாகவும்
ஃ போன்று மாணவர்களை

காப்பவர்களாகவும்
கலங்கரை விளக்காகவும்
ங போல வளைந்து அழுது
கொடுப்பவர்களாகவும்
சலிப்பு இல்லாமல் சாதனையாளர்களை
உருவாக்குபவர்களாகவும்
ஞான செருக்கை உடையவர்களாகவும்
டம்பம் பேச்சு இல்லாதவர்களாகவும்
ணகரம் பற்றி கூறியவர்களாகவும்
தரணியை தாங்குபவர்களாகவும்
நன்மை செய்பவர்களாகவும்
பகுத்தறிவாதியாகவும்
மட்டற்ற மாசில்லா மாணணிக்கமாகவும்
யதார்த்தமானவர்களாவும்
ரத்த உறவாகவும்
லட்சுமி தேவியை போலவும்
வரமாக கிடைத்த வாழ்வின்
வழிப்பாதையாகவும்
ழ போல சிறப்பானவர்களாகவும்
ள போல் உள்ளம் உடையவர்களாகவும்
ற போல உறவாகவும்
ன போல் நன்றி உள்ளவர்களாகவும்
என்றும் மாணவர்களை பற்றி மட்டும்
யோசிப்பவர்கள்

நீங்கள் மட்டுமே
சிந்தனைக்கு மெருகூட்டும்

மென்மையானவர்கள்
என்றும் நீங்கா பசுமரத்தாணி போலே
எங்கள் மனதில்
வீரியம் கொண்டவர்களாக

- மு.கலைச்செல்வி

94. ஆசிரியருக்கு ஆசிரியப்பா

கல்லார் வாழ்க்கை காரிருள் போல
கற்றோர் வாழ்க்கை
மின்னல் போல
கல்வி நல்லொளி தருமே
கல்லார் வாழ்வதில்
எள்ளளவும் நன்மை இல்லை
கற்றார் வாழ்வதில்
கடல்போல் நன்மை உண்டு

கற்பிப் போரை
கற்றவர் மதித்தால்
உலகம் உன்னை போற்றும்
சொல்லித் தந்ததும் குருவே
நல்வழி சொன்னதும் குருவே
சொல்லச் சொல்ல
பெருகும் கல்வி
சொல்லித் தந்தது
ஆசான் தானே
நல்ல நூல்கள்
பலபல பயில
சொன்னவர் குருவே
குருவை காட்டிலும் உயர்ந்தவர்

ஒருவரும் உலகில் இல்லை
இறையை காட்டிலும் உயர்ந்தவர் குருவே

இவண்
இராகுல் கலையரசன்

குறிப்பு:
பா வகை: இணைக்குறள் ஆசிரியப்பா

95. அவரே ஆசிரியர்

நம் ஆறாம் அறிவிற்கு கல்வி புகட்டி,
கூர்மை சேர்த்தவர் அவர்;
நாளைய சமுதாயத்திற்கு
நல்லெண்ணம் போதிப்பவர் அவர்;
உலகே வாழ்த்துகிறது அவரது பணியை!!!

அறிவின் பாதையில் நம்மை வழிநடத்தியவர்
அவர்;
அழகாக எழுதுவதற்கும், பிரச்சினைகளைத்
தீர்க்கவும்,
எப்போதும் அமைதியாகவும், பொறுமையாகவும்
இருக்க கற்றுக் கொடுத்தவர் அவர்;

அவர் தந்த கல்விக்கு,
நன்றி சொல்வது மட்டும் போதாது;
நம் ஆயுள் முழுவதும் அவரின் சேவையை
மறக்காமல் இருப்போம்;

ஏனெனில், நமக்கு
அறிவென்னும் விளக்கேற்றி
அன்பெனும் வழிகாட்டியவர்கள் அவர்;
அவரே நமது ஆசிரியர்!!!

-நந்தினி மாரப்பன்...